Peter D.M. Bwimbo
Mlinzi Mkuu wa Mwalimu Nyerere

Mwandishi: Peter D.M. Bwimbo

MKUKI NA NYOTA
DAR – ES – SALAAM

kimechapishwa na
Mkuki na Nyota Publishers Ltd
S.L.P. 4246
Dar es Salaam, Tanzania
www.mkukinanyota.com

© Peter D.M Bwimbo 2016

ISBN 978-9987-753-32-1

Tembelea tovuti yetu; www.mkukinanyota.com kusoma zaidi kuhusu vitabu vyetu na kununua pia. Unaweza pia kupata mahojiano ya waandishi wetu na habari kuhusu wachapishaji/matukio mengine. Jiunge ili kupata majarida yetu ya mtandaoni habari na matoleo mapya.

Kinasambazwa ulimwenguni nje ya Afrika na African Books Collective.
www.africanbookscollective.com

Yaliyomo

Shukurani v

Utangulizi ix

Maisha Yangu 1

Kujiunga na Jeshi la Polisi .11

Ulinzi wa Viongozi 19

Kumlinda Mwalimu Nyerere na Kumuelewa Zaidi 31

Mabadiliko Baada ya Uhuru .49

Changamoto ya Kwanza 69

Matukio Mengine Mbalimbali 93

Cheo – Matokeo ya Kazi Nzuri 105

Kutunukiwa Nishani 115

Nyaraka na Picha Mbalimbali 119

Shukurani

Kazi hii ni kama nyingine; kuifanya vizuri kunahitaji moyo wa kuipenda na kuwa na nia moja, upendo na ushirikiano mzuri na wale wote wanaohusika na ulinzi wa kiongozi. Mbali na mafunzo ya kazi hii ndani na nchi za nje, kazi hii haitekelezeki kwa nadharia ila kwa vitendo. Wakati naanza kuifanya mwaka 1960, kabla na baada ya uhuru mimi na wale niliwaongoza tulikuwa bado na misimamo na mawazo au kasumba ya polisi ya kikoloni, kiasi kwamba tuliwaona raia wa kawaida hata wale ambao ni wema kama tabaka la watu tofauti na sisi. Hasa wakati wa mikutano ya hadhara iliyohutubiwa na Baba wa Taifa, hata baada ya uhuru watu walikuwa wanasukumwa ovyo na Polisi. Mwalimu aligundua kasoro hiyo, akatuelimisha na kutuasa kwa kusema kuwa tofauti kati yetu na raia wa kawaida ni kwamba sisi tunafanya kazi katika serikali na baadhi huvaa sare kama kitambulisho lakini wote tunatoka uraiani na baada ya kazi tutarudi huko huko. Tulijirekebisha haraka kwa sababu hali hii ingeendelea, ingepanda chuki kati yetu na raia hata wale ambao ni wema na wazalendo, na kuifanya kazi ya ulinzi kuwa ngumu zaidi kiasi cha kuhatarisha maisha yake.

Kwa hiyo kwanza namshukuru sana Baba wa Taifa kwa kuona kasoro hizo wakati wa uhai wake na kutukemea kwa nia nzuri ya kujenga uhusiano mzuri na wananchi. Mimi binafsi nasema bila shaka yoyote kwamba mbali na mafunzo ya kazi hii ndani na nje ya nchi yetu, kuwa kwangu karibu sana na Baba wa Taifa kwa muda mrefu kulikuwa darasa ambamo nilijifunza mengi, hata yale kuhusu kazi zangu za ulinzi.

Namshukuru sana Sajini Pancras aliyekuwa polisi upande wa *Special Branch* tuliyeishi pamoja katika kambi ya polisi Barabara ya Kilwa Dar es Salaam aliyetumia njia zake mwaka 1953, mimi bila kujua na kugundua kwamba nilikuwa na sifa za kufanya kazi katika *Special Branch*, akafanya mipango nikasailiwa na kuhamishiwa *Special Branch,* Mwanza. Bila sajini Pancras nisingefanya kazi *Special Branch* na bila shaka kitabu hiki kisingeandikwa. Namshukuru pia Kamishna wa Polisi Mwingereza wa mwisho kuongoza Jeshi hilo Tanganyika Bwana Geofrey Wilson pamoja na jopo lake la wazungu watupu, kwa usaili wao nikiwa *Special Branch* Mwanza mwaka 1959 nikashinda na akapendekeza niende kwenye mafunzo katika chuo cha *Metropolitan Police Training College Hendon, London xs.* Namshukuru pia Bwana Andrew Frew aliyekuwa msimamizi wa mafunzo hayo na msaidizi wake katika chuo hicho wakati wa mafunzo yetu yaliyojulikana kama *Colonial Police Course No. 21.* Aidha namshukuru Bwana Frank Holmes aliyekuwa Rais wa chuo cha *International Police Services Academy,* Washington DC Marekani mwaka 1963, pamoja na msaidizi wake kwa mafunzi rasmi kuhsu ulinzi wa viongozi wa Nchi na Miundo mbinu muhimu ya Taifa *(National Vital Installations).*

Namshukuru Mkurugenzi wetu mwananchi wa kwanza Bwana E.C. Mzena kwa kuongoza *Special Branch* kama Mkurugenzi kwa muongo mmoja toka kwa Mzungu Bwana W.P. Mathieson mwaka 1962; wakati wa kilele cha progamu ya Afrikanaizesheni kabla ya kuvunjwa kwa *Special Branch* tarehe 6 Septemba 1963. Kwa upande wa maofisa wa polisi tuliowaacha huko kwa niaba ya wote hao nawashukuru Mainspekta Jenerali wa polisi hayati Elangwa Shaidi, Hamza Azizi, Solomon Lian na wale ambao bado hai Samuel H. Pundugu na Phillemon Mgaya ambaye nilibahatika kufanya nae kazi akiwa bado ADC wa Baba wa Taifa kabla ya kuteuliwa kuwa IJP. Joseph W. Butiku, Mkurugenzi Mtendaji wa Taasisi ya Mwalimu Nyerere, pamoja na Paul Sozigwa nawashukuru wote kwa ushirikiano wao mzuri wakati tukifanya kazi zetu tofauti Ikulu na wakati wa safari za Baba wa Taifa ndani na nje ya Tanzania. Wale niliofanya nao kazi katika Idara ya Usalama wa Taifa kwa niaba ya wengine wote nawataja hayati Amri Kweyamba kwa kunielekeza kufanya kazi kama Mkuu wa Kanda ya Wilaya za Tarime Musoma na Ukerewe wakati wa *Special Branch,* nilipohamishwa toka Mwanza kwenda Musoma mwaka 1960.

Kwa wale waliokuwa katika kitengo nilichoongoza cha kulinda viongozi wetu wa nchi, nawashukuru wote kwa jumla kwa kufanya kazi vizuri usiku na mchana bila kuchoka. Kwa niaba ya wengine wote nawataja hayati Fred Mangota, John Fale, Joseph Kihuga, Daniel Ndossi, Leon Kazimil, Abdallah Matola, Donald Ndozelo, Raphael Mkanzabi, na Vicent Kuyumba ambao bado wako hai; na hayati Shaban Ukwama aliyekuwa mmoja wa Madereva wa magari yetu baadaye akapendekezwa awe mmoja wa Madereva wa Baba wa Taifa.

Namshukuru marehemu Bwana Norman Brend aliyekuwa kituo cha Polisi cha kati Dar es Salaam baadaye nikafanya kazi tena chini yake *Special Branch*, Mwanza, kwa kutambua bidii yangu ya kazi na kupendekeza nipandishwe cheo. Mwingine ni Bwana W.P. Mathieson niliyefanya nae kazi *Special Branch*, Mwanza baada ya Bwana Brend kuhamishiwa Mbeya. Huyu ndiye alifungua mwanga wangu wa kwenda kusoma Uingereza na mahali pengine mwaka 1960, alipopendekeza jina langu liwe kwenye orodha ya wale waliosailiwa na Kamishina Geofrey Wilson.

Namshukuru kipekee Rais Mstaafu, Benjamin William Mkapa ambaye wakati wa kazi zangu hizi tulikuwa nae karibu wakati wote. Ilikuwa furaha kubwa kwangu kuona kwamba miongoni mwetu yeye alikuja kuwa kiongozi wa nchi wa awamu ya tatu, na kwa hiyo ikawa zamu yake ya kupewa ulinzi kama ilivyokuwa kwa marais waliomtangulia.

Namshukuru mjukuu wangu Mrs. P. Munuo wa Kibangu kwa kuanza kuandika muswada wa kitabu hiki kwenye kompyuta miaka michache baada ya kifo cha Baba wa Taifa, lakini kwa sababu zisizozuilika haukuwa tayari kuchapishwa kuwa kitabu. Namshukuru pia Bi. Anastazia Lyamuya, Katibu Muhtasi wa Baraza la Maaskofu Tanzania (T.E.C.) Kurasini, Dar es Salaam kwa kurudia muswada mara kwa mara masahihisho yalipohitajika mpaka kitabu kikachapishwa.

Namshukuru Mkurugenzi Mkuu wa Kampuni ya Uchapishaji ya Mkuki na Nyota, Bwana Walter Bgoya na wasaidizi wake, kwa kusoma muswada wote si mara moja si mara mbili, na kutoa maoni na Ushauri. Bwana Bgoya alikaa nami mara nyingi na kwa pamoja tukapitia kitabu kizima na kuhakikisha kuwa kinatoka katika sura na ubora unaostahili. Bila ushauri na maoni yake kitabu hiki kisingekuwa kama kilivyo hivi sasa. Lakini pamoja na maoni na ushauri huo na wa watu wengine, mimi binafsi na si mwingine, ndiye mwenye dhamana kwa maudhui yote yaliyomo katika kitabu hiki.

Peter D.M Bwimbo
Dar es salaam

Utangulizi

Miaka kumi na mitano imetimia sasa tangu Baba wa Taifa afariki katika Hospitali ya St. Thomas, London, Uingereza, tarehe 14.10.1999. Katika miaka yote alipokuwa madarakani kama Rais nilikuwa na jukumu la ulinzi wake, kazi ambayo ilianza rasmi mwaka 1960, Tanganyka ilipopata Serikali ya Madaraka. Tanzania aliyoiongoza kwa kipindi chote cha harakati za ukombozi hadi kupata uhuru ilisherehekea miaka 53 ya uhuru wake mwaka 2014 zitaonyesha siyo tu kumuenzi kwangu, lakini pia kiwe njia ya kuwaeleza Watanzania waliopo sasa na wa miaka ijayo jinsi kiongozi huyu maarufu alivyolindwa na changamoto kubwa tulizopambana nazo sisi walinzi wake wa kwanza toka wakati huo mpaka nilipostaafu kazi mwaka 1975.

Kama ilivyokuwa kwa watu wengi nchini Tanganyika kabla ya uhuru sikufahamiana na Baba wa Taifa, ingawa tuliishi katika Mkoa mmoja wa Jimbo la Ziwa *(Lake Province)*, Makao Makuu yake yakiwa Mwanza. Sikufahamu wakati wa ukoloni kuwa ingekuja siku ambapo ningechaguliwa kuwa mwananchi wa kwanza kuongoza kitengo cha kumlinda baada ya kupatikana kwa uhuru. Hata kama ingefahamika wazi kwamba pangekuwa na kulinda kiongozi wa nchi baada ya uhuru palikuwa na maofisa wengine wa Tanganyika wa vyeo vya juu kuliko mimi katika Jeshi la Polisi ambao huenda walikuwa pia na uwezo wa kufanya kazi hiyo.

Nilichaguliwa kumlinda kwa mara ya kwanza mwezi Agosti 1961, wakati wa utawala wa Waingereza kabla ya Uhuru, baada ya kurudi kwangu toka kwenye mafunzo katika chuo cha *Metropolitan Police Training College* Hendon, London, mwezi Agosti 1960. Nilikwenda katika chuo hicho baada ya kufanyiwa usaili na Kamshina wa Polisi, Mzungu wa mwisho kuongoza Jeshi la Polisi Tanganyika, Geofrey

Wilson mwaka 1959, nikiwa *Special Branch*, Mwanza. Nilishinda usaili huo nilipoulizwa maswali yaliyokuwa juu ya kazi za polisi na siasa, kwa mfano, kama nilifahamu chama cha TANU chini ya uongozi wa Mwalimu Nyerere. Kamshina Geofrey Wilson aliyekuwa mwenyekiti wa jopo la usaili la Wazungu watupu, alipendekeza jina langu nihudhurie mafunzo katika chuo hicho mwaka uliofuata wa 1960. Kama nilivyosema wakati naanza kumlinda alikuwa tayari Waziri Mkuu tangu tarehe 1, Mei 1961, baada ya Tanganyika kupata serikali ya Mambo ya Ndani *(Internal self government)*. Kabla ya hapo alikuwa ameteuliwa kuwa Waziri Kiongozi kuanzia tarehe 3 Septemba 1960 Tanganyika ilipopewa serikali ya Madaraka *(Responsible government)* nikiwa bado katika Special Branch. kabla sijahamishwa pamoja na wengine kwenda katika Idara mpya ya Usalama wa taifa mwaka 1963. Kuanzia hapo kitengo nilichokuwa naongoza chini ya Special Branch, kikawa chini ya Idara hii. Kabla ya kurudi toka Uingereza nafasi yangu ilishikwa kwa muda mfupi na ofisa mwingine Livingstone Lubega toka Uganda, aliyekuwa pia Special Branch. Alinikabidhi kazi mbele ya Tim Hardy Makao Makuu ya *Special Branch* Dar es Salaam.

Wakati nashika madaraka ya kuongoza kitengo cha kumlinda Baba wa Taifa, mwaka 1960, hatukuwa na vitendea kazi kama vilivyopo sasa. Mawasiliano yalikuwa kwa simu ndani ya gari letu moja tu la polisi likifuata nyuma ya gari la Waziri Mkuu. Hii ndiyo simu tuliyoitumia siyo tu kuwasiliana na gari la polisi lililotangulia bali pia na Makao Makuu ya polisi na vituo vingine. Wakati mwingine tulitumia ishara za mikono kama njia ya kuwasiliana.

Mafunzo niliyopewa katika chuo cha International Police Service Academy Washington DC, Marekani mwaka 1963 ndiyo yalikuwa rasmi kuhusu ulinzi wa viongozi wa nchi na watu mashuhuri. Mafunzo niliyochukuwa katika chuo cha *Metropolitan Police Training College* yalihusu kazi za polisi kwa jumla. Hata hivyo mafunzo katika chuo cha Marekani ingawa yalikuwa rasmi kwa kazi hii ya ulinzi wa viongozi wa nchi utekelezaji wake kwa vitendo kwa kiasi kikubwa ulilenga katika nchi zenye mazingira kama Marekani yenyewe na nyingine kubwa na tajiri siyo hapa petu nchi maskini kiuchumi na kimaendeleo.

Ilikuwa juu yetu tuliporudi kutoka kwenye mafunzo hayo kufanya marekebisho makubwa ili wakati wa utekelezaji yaendane na mazingira ya hapa kwetu pamoja na utamaduni, sheria na taratibu zetu za utendaji kazi. Hatukufundishwa mfumo maalum wala kupewa mwongozo wa kazi hii kwa sababu hayo yote yalikuwa juu ya serikali za nchi tulikotoka.

Maofisa Wazungu katika *Special Branch* kabla hawajarudi kwao kufuatia Programu ya Africanisation (neno hilo lilitumiwa hivyohivyo katika Kiswahili kuwa Afrikanaizesheni), hawakutayarisha mwongozo wowote ingawa kitengo hiki walikianzisha wenyewe. Kwa hiyo wakati nakabidhiwa kushika madaraka haya nilielezwa tu na Tim Hardy kwamba nitaongoza kitengo hiki cha ulinzi wa Waziri Mkuu Julius Nyerere kuanzia mwezi Agosti 1961.

Tulipoanza kazi hii tulikuwa si zaidi ya watu kumi licha ya changamoto nyingi zilizokuwa mbele yetu. Ilitulazimu kutumia busara, akili ya kuzaliwa na ubunifu mkubwa, ili kazi zifanyike kwa kiwango kilichotakiwa. Kazi hii ngumu na muhimu ilimtaka mlinzi kuwa na sifa ya raia mwema, mzalendo asiye na chembe ya shaka na ujasiri mkubwa. Lakini bila Mwongozo kuhusu kazi yake ni sawa na kumweka mtu katika giza kubwa kwenye njia anamopita kwa mara ya kwanza. Ama hatafika aendako au akibahatika kufika itamchukua muda mrefu sana kuliko ule ambao angetumia kama angekuwa na uzoefu wa kupita kwenye njia hiyo. Hizo ndizo changamoto zilizonikabili wakati wa maasi ya wanajeshi wa *Tanganyika Rifle* (TR) usiku wa tarehe 20 January, 1964 nilipotekeleza Operasheni Magogoni ninayoeleza baadae katika kitabu hiki.

Changamoto ziliongezeka kufuatia matukio makubwa tofauti. Nchi za Umoja wa Nchi Huru za Afrika (OAU) zilipochagua Dar es Salaam kuwa makao ya Kamati yake ya Ukombozi, viongozi wa vyama vya ukombozi kutoka nchi zilizokuwa bado chini ya serikali za kikoloni na ubaguzi wa rangi na idadi kubwa ya wafuasi wao walikuja Tanzania, wakapokelewa na kupewa hifadhi na mafunzo ya vita. Moja kwa moja Tanzania ilifanywa kuwa adui mkubwa wa tawala dhalimu za nchi hizo. Tarehe 9 Desemba 1971,wakati wa maadhimisho ya mwaka wa kumi wa Uhuru ndege iliyodhaniwa kutoka Msumbiji iliruka juu ya uwanja wa taifa na kuangusha karatasi zenye maandishi ya kashifa kwa Serikali na uongozi wake. Tarehe 3 Februari mwaka 1969 kiongozi wa chama cha Frelimo cha Msumbiji, Edward Mondlane alitumiwa bomu katika kifurushi chenye kitabu kupitia sanduku lake la Posta. Alipofungua kifurushi hicho nyumbani kwake Oysterbey, Dar es salaam alilipuliwa na hilo bomu na kuuawa.

Changamoto nyingine kubwa ilikuwa jaribio la kutaka kupindua serikali mwaka 1968. Bahati nzuri mipango hiyo ilifahamika mapema kabla ya kutekelezwa, wahusika wakakamatwa na waliopatikana na hatia walihukumiwa adhabu ya vifungo. Wakati wa matukio hayo yote ulinzi wa Mwalimu Nyerere uliimarishwa kuliko nyakati za kawaida.

Mimi na wenzangu tulijitahidi kadri ya uwezo wetu mpaka nikakabidhi kazi hii salama kwa afisa mwingine David Simbeye mwaka 1973, nilipoteuliwa na Baba wa Taifa kuwa Mkurugenzi Mkuu Msaidizi katika Idara ya Usalama wa Taifa, kitengo nilichokuwa naongoza kikaendelea kuwa chini yangu mpaka nilipostafu kazi mwaka 1975. Katika mabadiliko makubwa yaliyofanywa na Rais Nyerere mwaka huo katika idara hiyo aliagiza nipewe kazi nyingine katika shirika jipya la Reli (TRC) baada ya Jumuiya ya Afrika Mashariki kuvunjika mwaka 1977. Kwa muda wa miaka 10 kati ya mwaka 1978 na 1988 nilikuwa muasisi na Mkuu wa Kitengo cha Ulinzi *(Protection Unit)* katika shirika hili na wakati wa vita ya Kagera tulishirikiana na vyombo vingine vya serikali kulinda zana za kivita zikipelekwa kwa njia ya Reli kupitia Mwanza kwenda mstari wa mbele wa mapambano.

Kama wasemavyo Waingereza kujisifu mwenyewe siyo sifa, *(Self praise is no praise)*. Hilo nawaachia wasomaji wa kitabu hiki. Tulijaribu na wenzangu kadri tulivyoweza na kwa kuwa kila ajira ina mwisho, muda wetu ulipofika wa kupokezana vijiti vya uongozi, tuliachia wenzetu ambao wameendelea na kazi hiyo hadi sasa.

Yapo mambo tuliyofanya ambayo wale wanaoendelea na kazi hii wanaweza kuyaacha iwapo hayafai kwa sasa, lakini naamini yapo baadhi ambayo bado yanaweza kuwasaidia. Lengo la kitabu hiki ni kueleza jinsi Baba wa Taifa alivyolindwa tangu alipochukua uongozi wa Taifa letu na nafasi na majukumu yangu katika ulinzi wake hadi hapo nilipokabidhi madaraka hayo kwa David Simbeye kuongoza kitengo hiki cha ulinzi wa viongozi wetu ambacho sasa kinaongozwa na mtu wa tano tangu kiasisiwe mwaka 1960, miaka 54 tangu kianzishwe kikiwa chini ya *Special Branch.*

Peter D.M. Bwimbo
Dar es Salaam.

Maisha Yangu

Kuzaliwa na maisha ya kijijini enzi za ukoloni

Nyaraka za baba yangu Bwimbo bin Ekara zinaonyesha kuwa nilizaliwa tarehe 4 Machi 1929, katika kijiji cha Bulamba, kisiwa cha Ukerewe, ambacho sasa ni wilaya mojawapo katika Mkoa wa Mwanza. Baba yangu alimuoa mama yangu Karyanja binti Mugeta tarehe 31 May 1928. Mwanza ndipo palikuwa Makao Makuu ya Mkoa wa Ziwa ukiitwa Lake Province. Mtemi wa Ukerewe wa wakati ule alikuwa Gabriel Ruhumbika Mkaka, baba yake rafiki yangu marehemu Chief Michael Lukumbuzya ambae baada ya uhuru aliteuliwa kuwa Balozi nchini Sweden na Uingereza. Baba yangu alifariki jijini Dar es Salaam tarehe 1 Oktoba 1968 akiwa na umri uliokisiwa kuwa miaka 82. Mama yangu alifariki tarehe 23 Oktoba, 2000 kijijini kwetu Makwa, Wilaya ya Bunda, Mkoa wa Mara, akikisiwa kuwa na umri wa miaka 92. Umri wao ni wa kukisia tu kwa sababu wazazi wao hawakwenda shule. Ijapokuwa baba yangu hakubahatika kwenda shule lakini baadhi ya rafiki zake walikuwa wamesoma na hawa ndiyo walimfundisha baba yangu kusoma na kuandika. Baba yangu kwa kutumia elimu hiyo ya kujua kusoma na kuandika aliyofundishwa na rafiki zake, siyo katika darasa bali nje ya shule, aliweza kuwa fundi seremala, muashi na kufanya kazi za ukarani akisaidia wafanyabiashara Wahindi katika maduka yao na vituo vyao vya kununua mpunga sehemu za Lubaga, Ukerewe. Halikadhalika mwaka 1921 aliweza kutunza orodha ya majina ya wafanyakazi kwenye mashamba ya mkonge ya Wazungu, Wagiriki sehemu za Genge na Nasoro ambazo sasa zimo katika Wilaya ya Bunda, Mkoa wa Mara. Wakati ule kwa kutokujua kusoma na kuandika watu wengi walieleza umri wao kwa kutaja matukio makubwa ya kihistoria yaliyotokea wakati wanazaliwa kama vile kutawazwa kwa chifu au kifo chake na matukio mengine kama hayo. Wazazi wangu na watu wengine wa rika lao walizaliwa nyakati hizo.

Wakati nazaliwa Bulamba, Ukerewe hapakuwa na hospitali wala zahanati. Hospitali iliyokuwapo ilikuwa Kagunguli iliyomilikiwa na Kanisa Katoliki mbali sana kutoka Bulamba. Hapakuwapo pia usafiri wa gari au baiskeli ambazo mama yangu na wajawazito wengine wangetumia kwenda Kagunguli kupimwa afya zao. Kwa hiyo sikuzaliwa katika hospitali yoyote au zahanati bali mama wakati wa kujifungua alisaidiwa ama na mama mkwe wake ambaye ni bibi yangu upande wa baba jina lake lilikuwa Nyamukubi binti Magurira au mama yake mzazi Nyang'oko binti Rujangi. Bibi zangu wote wawili walikuwa wakunga na waganga wa jadi. Bibi Nyamukubi au Nyamagurira, alifariki tarehe 24 Februari 1948 na bibi Nyang'oko au Nyarujangi alifariki mwanzo wa mwezi Mei, 1966.

Nilipozaliwa nilipewa jina la Mabagara kwa sababu yalikuwa majira ya kupalilia magugu katika mashamba ya mazao ya vyakula. Nilipewa majina mengine ya kurithi kufuatana na mila. Nilipewa jina Ekara jina la babu yangu mzaa baba. Jina langu lingine nililopewa ni Magurira. Hili lilikuwa jina la babu yangu mkuu aliyemzaa bibi Nyamukubi. Kufuatana na mila za kabila langu la Wajita majina hayo mawili ya babu zangu ingawa siyatumii nilikuja kuambiwa kuwa yalinikubali; vinginevyo inadaiwa ningepata matatizo utotoni kama kushambuliwa na mizimu ya kienyeji. Kama hilo lingelitokea ingesababisha majina yangu hayo kubadilishwa. Bahati mbaya sikuwaona wajina wangu. Wakati nazaliwa baba yangu tayari alikuwa ana watoto wengine wakubwa kwangu wanne kwa mama wengine. Wakubwa zangu hao ni dada yangu Nyanjiga; Mashauri Kaburenyi, Nyangeta na Nyachiro ambao wote sasa ni marehemu. Mama zetu hawa ambao baba yangu aliwaacha kabla sijazaliwa ni Nyantengo binti Magayi na Muleba binti Chikaru.

Tarehe 4 Oktoba 1932, tulihama kutoka Bulamba tukaenda kijiji cha Makwa, Kisorya, ambapo nimekulia na ndipo bado tunaishi hadi sasa. Kama nilivyosema, nyakati hizo hapakuwapo usafiri wa magari wala baiskeli na kwa hiyo wazazi wangu, kaka zangu, dada zangu na bibi Nyamukubi, walitembea kwa miguu kutoka Bulamba mpaka Makwa umbali upatao zaidi ya maili kumi. Mimi mtoto mdogo wa umri wa miaka mitatu nilibebwa na mama mgongoni kwa mbeleko ya ngozi ya mbuzi au ya ndama wa ng'ombe. Baba alikuwa tayari amejenga mabanda ya muda hapo makazi mapya Makwa tulipofikia. Kivuko cha Rugezi kati ya Ukerewe na Kisorya kilikuwa ni mtumbwi wa kutumia kasia. Wakati ule pantoni lilikuwa bado halijawekwa. Nilisimuliwa baadaye na mama pamoja na wengine waliokuwa katika msafara huo wa kutoka Ukerewe hadi Makwa, kwamba tulipofika sehemu za Igongo upande wa Ukerewe, nikiwa nimebebwa mgongoni, palikuwa na ndege aina ya Yangeyange wakisaka chakula katika madimbwi ya maji yenye kina kifupi kando ya ziwa Victoria. Kwa kuwa mama alikuwa amenipa kuku jike mwenye manyoa meupe, nilidhani wale yangeyange walikuwa kuku wangu, hivyo niliomba nishushwe toka mgongoni nifuate kuku wangu hao lakini ombi langu likapuuzwa, msafara ukaendelea kuelekea penye kivuko.

Kabla ya uhuru kijiji chetu cha Makwa na vingine sehemu hizo vilikuwa chini ya chifu wa kisiwa cha Ukerewe. Vijiji hivyo vilijulikana kwa pamoja kama Ukerewe Bara au Mwibara na viliendelea kuitwa hivyo hata wakati Ukerewe inafanywa kuwa wilaya, makao yake makuu yakiwa Nansio. Hii ilikuwa kabla ya uhuru. Baada ya uhuru ndipo sehemu ya Ukerewe Bara ikawa chini ya Wilaya ya Bunda, Mkoa wa Mara ambayo zamani ilikuwa ni sehemu ya Jimbo la Ziwa, makao makuu yakiwa Mwanza kabla ya uhuru. Mwibara sasa ni jimbo la uchaguzi.

Kama wavulana wengine vijijini nilipofikia umri wa miaka kati ya sita na saba nilianza kusaidia kazi ndogondogo za nyumbani kama vile kuchunga mbuzi na ng'ombe wa baba na kuuza miwa kando ya barabara. Siku moja katika miaka ya 1930 niliumwa na nyoka aina ya chatu nilipokuwa nafukuza ndege wasile mtama katika shamba lenye magugu marefu kwenye njia ya miguu kando ya ziwa Victoria karibu na kichuguu. Mara niliposikia nang'atwa na kitu juu ya mguu wa kulia niliruka kwa haraka na kukimbia kuelekea nyumbani nikilia kuwa nimeumwa na nyoka. Walikuwapo mama na bibi Nyamukubi. Hapakuwa na hospitali wala zahanati au dawa za kuzuia sumu ya nyoka. Majirani walijumuika nyumbani kwetu lakini baba hakuwapo. Walitaka kufahamu kama maumivu yalikuwa yanapanda juu kuelekea penye goti na paja. Nikajibu hapana. Nikawapeleka sehemu nilipoumwa na nyoka. Tulimkuta chatu mdogo akiwa bado anavizia karibu na kichuguu. Yule chatu alipoona kundi la watu aliingia katika shimo lake akapotea.

Baba anifundisha kusoma na kuandika

Miaka hiyo ndipo pia baba alianza kuona dalili zilizoonyesha kuwa naweza kufundishika kama yeye iwapo angenipeleka shule. Ilikuwapo shule moja ya Msingi ya Wasabato (Seventh Day Adventist) lakini shule hiyo baba aliona iko mbali na nyumbani kwetu. Vilevile baba na mama walikuwa na hofu siyo tu kwamba huenda huko shule nitapigwa na watoto wenzangu lakini pia waliogopa nisichanganyike na watoto wengine wenye tabia mbaya. Mama yangu hakupata bahati kama ya baba ya kufundishwa kusoma na kuandika. Hata hivyo, wakati wanazaliwa hata kama pangekuwa na shule yeye kama wasichana wa enzi hizo, wazazi wake wasingempeleka shule kufuatana na mila zilizoweka wanaume mbele kuliko wanawake.

Mwaka 1936 baba yangu alianzisha darasa nyumbani kwetu katika chumba kimojawapo ndani ya nyumba kubwa ya bibi Nyamukubi. Nyumba hii aliijenga baba kwa kutumia mawe badala ya matofali ya saruji na akaiezeka mwenyewe kwa nyasi. Kufuatana na vigezo alivyokuwa navyo baba aliniona naweza kufunzwa na kuelewa kitu hata kabla hajanipeleka shule. Alinunua taa ya chemli na sleti tatu na grife akaanza kutufundisha usiku wanafunzi wakiwa kaka Mashauri Kaburenyi, dada zangu Nyangeta na Nyachiro na mimi. Dada Nyanjiga hakuwapo darasani kwa kuwa alikuwa ameolewa. Ingawa baba alijitahidi lakini wakubwa zangu hao watatu ilifikia wakati akawaachisha masomo kwa sababu walikuwa hawawezi kwa hiyo nikabaki darasani peke yangu. Wakati huo nilikuwa na umri wa miaka saba. Ingekuwa siku hizi ningekuwa naanza darasa la kwanza shule ya msingi. Niliendelea kufundishwa na baba mpaka nikafahamu kuandika kwa kutumia kalamu za wino ukiwa ndani ya kidau, nikafahamu hesabu ndogo za kutoa, kuzidisha na kujumlisha. Niliweza kusoma hata magazeti maarufu ya wakati huo kama Mamboleo na Habari za Vita wakati wa Vita Kuu ya Pili ya Dunia Wakati baba anaendelea kunifundisha nyumbani kulikuwa na ndugu yangu upande wa mama, aliyekuwa anaishi jirani jina lake Kaunda bin Mkweru. Huyu alikuwa anasoma shule ya msingi ya Wasabato, Masahunga. Hii ndiyo ile shule ambayo wazazi wangu walisema ilikuwa mbali kwa hiyo wasingeweza kunipeleka huko kusoma.-; ingawa Kaunda alikuwa amekubali kufuatana na mimi shule lakini baba na mama walikataa kutokana na sababu ambazo tayari nimeshazieleza awali.

Mwanafunzi awa kichocheo kwangu kwenda shule

Siku moja, katika mwaka 1942 alipita kijana mmoja wa kiume mwanafunzi wa shule ya *Native Administration* iliyokuwa Bwiru, Mwanza. Huyu kijana alikuwa akiitwa Masamaki bin Kabisi mkazi wa Kibara. Masamaki sikumbuki vizuri kama alikuwa na shida ya kunywa maji nyumbani kwetu au alitaka kukata kiu yake kwa kununua kipande cha muwa niliyokuwa nauza hapo pembeni mwa barabara, karibu na nyumbani kwetu.

Nilimuuliza Masamaki ni wapi alikuwa anasoma akanitajia kuwa alikuwa anasoma *Native Administration* Bwiru, Mwanza. Bado nakumbuka mpaka sasa, Masamaki alikuwa amevaa unifomu ya shule, kimao cheupe bila ukosi chenye nembo ya shule hiyo juu ya mfuko. Alikuwa kavaa kaptura ya khaki viatu vyeupe vya raba na soksi zilizofumwa kwa mkono. Alionekana maridadi ingawa alikuwa anatembea kwa miguu na sanduku lake kalibeba kichwani. Kama nilivyosema awali, wakati huo hapakuwa na usafiri wa gari, bodaboda au bajaji kama ilivyo sasa. Nilimpeleka kwa baba nyumbani hapo karibu na barabara. Masamaki alimweleza baba jinsi ya kuomba nafasi niweze kwenda kusoma katika shule hiyo huko Mwanza ambako ni mbali na nyumbani. Mwalimu mkuu wa shule hiyo alikuwa anaitwa Tito Kagaruki mwenyeji wa Bukoba. Ada ilikuwa shilingi thelathini kwa mwaka kwa mwanafunzi wa bweni. Hivi ndivyo baba alivyotaka iwe. Baba akanitengenezea sanduku dogo la mbao kwa ajili ya kuweka nguo zangu pindi niendapo shule hiyo. Mama hakupenda niende mbali na nyumbani akidai kuwa huko ningekwenda kuteswa na kupewa chakula kidogo. Katika mvutano huo kati ya baba na mama mimi nilikuwa upande wa baba kwa vile nilikuwa na hamu kubwa ya kutaka kusoma. Masamaki Kabisi alipita pale nyumbani kwetu kabla ya muhula wa kuanza shule mwaka 1943.

Tarehe 11 January, 1943 baba alinisindikiza kutoka nyumbani kwenda Mwanza kuangalia kama nitapata nafasi katika shule hiyo. Tulitembea kwa miguu bila viatu, tukavuka kivuko kilekile cha Rugezi tulichotumia mwaka 1932 wakati tunahama toka kisiwa cha Ukerewe. Tulilala Nansio, Ukerewe kwa ndugu yetu ambaye namkumbuka kwa jina moja la Mchele. Kesho yake tarehe 12 January 1943 tulipanda motaboti tukavuka Ziwa Victoria kutoka Nansio Ukerewe hadi Mwanza. Hapo Mwanza tulifikia kwa shemeji yake baba, mzee Omari Buseri mtu mwenye ukarimu wa hali ya juu pamoja na mkewe, mama Miraji, wakati huo wakiwa wanaishi Barabara ya Makongoro. Siku iliyofuata tulitembea kwa miguu kama maili tatu hadi shule. Hapo shule tulimkuta Mwalimu Mkuu Tito Kagaruki na walimu wenzake. Mwalimu huyo alinihoji kama nimewahi kusoma katika shule nyingine ili nionyeshe barua au cheti cha shule niliyokuwa nikisoma. Nilijibu kuwa baba ndiye aliyekuwa ananifundisha nyumbani. Mwalimu Mkuu akasema katika hali hiyo itabidi nianze upya darasa la kwanza. Baba na mimi tulikubaliana na ushauri huo bila kubisha. Niliandikishwa kama mwanafunzi wa kulala bweni. Nilikuwa na umri wa miaka 14 lakini sikuwa peke yangu mwenye umri kama huo katika darasa letu miaka hiyo. Kiswahili changu kilikuwa bado cha kishamba au cha watu wa vijijini. Kilipigwa msasa shuleni nikafahamu kutamka maneno ya Kiswahili vizuri.

Kabla ya kwenda shule mimi na baadhi ya vijana wenzangu pamoja na watu wazima kijijini petu tulifuata mafundisho ya dini ya Kikristo katika kanisa la *"Last Church of God"* likiwa na makao makuu yake sehemu za Nassa, katika Jimbo la Ziwa. Askofu wa kanisa hilo alikuwa Mininga kabila yake Msukuma. Tulibatizwa miaka hiyo ya 1940 na Pasta Petro Kasule ambaye bahati mbaya alishambuliwa na simba usiku barabarani kati ya Mwitende na Genge huko kwetu akiwa na mwenzake kila mmoja akiwa na baiskeli. Pasta Petro Kasule alifariki siku chache baada ya kushambuliwa na simba wakati anapelekwa Mwanza kwa njia ya Karua katika Ziwa Victoria. Mwili wake ulirudishwa nyumbani kwake Kitengule kwa ajili ya mazishi. Mwenzake hakushambuliwa kwa hiyo alisalimika. Jina langu la ubatizo ni Petro au Peter. Baadhi ya watu niliobatizwa nao ni Alphayo Musijaki Kajura, Samson Majura, Simon Majura Mugeta, Yohana Kabulenyi Mashauri Bwimbo, Erasto Sena Kuboja, Zablon Lima Barigwa na Zakaria Mwaliki Barigwa. Baadaye nilihamia katika Kanisa la Kiinjili la Kilutheri Tanzania (KKKT). Wazazi wangu hawakuwa na madhehebu yoyote kwa kuwa wakati makanisa yanaanzishwa kufundisha dini, hawa kama wazazi wa wakati huo hawakukubali dini hiyo ambayo waliichukulia kuwa utamaduni wa kizungu usiowahusu watu weusi wa Afrika.

Mwaka 1943 Mwalimu wetu wa darasa alikuwa Marcel Petro kutoka Bukoba. Walimu wengine katika masomo mbalimbali walikuwa Robert Mashauri Kubagwa, Boaz Kapaya, Amos Luhala, Phillip Mbogoma, Hamisi Rashid (baadaye akabadili dini akawa John Jordan Kinenekejo) aliyetufundisha somo la Kiingereza. Baada ya kutoka mwalimu mkuu Tito Kagaruki walimu wakuu waliofuata kwa nyakati tofauti ni Maximillian Masalu Mkama na Thomas Nhola mpaka tukamaliza masomo yetu hapo *Native Administration School* Bwiru mwaka 1947. Baadhi ya wanafunzi tuliokuwa nao darasani ni Mabina Kinasa, Morgan Jangu, Sylivester Mwizuka Maarifa, Sangija Mapigi na Ndila Mbogoma, mdogo wake Mwalimu Phillip Mbogoma aliyetajwa hapo juu.

Kwa vile tayari nilikuwa na msingi wa kujua kusoma na kuandika, sikuwa na shida katika darasa la kwanza, la pili na la tatu. Nilipoingia darasa la nne mwaka 1946, walimu walijadili wakaamua nivushwe kwenda darasa la tano mwaka huo baada ya muhula wa kwanza. Muhula wa pili niliingia darasa la tano. Kwa kifupi ni kwamba mtihani wa mwisho wa mwaka huo katika darasa hilo nilishinda kwa kupata alama za kutosha kuniwezesha kwenda darasa la sita muhula wa masomo wa mwaka 1947. Huu ndio mwaka tuliokuwa tufanye mitihani ya mwisho wa mwaka wanafunzi wote katika darasa hili katika shule sote za *Lake Province*. Katika darasa la tano, baadhi ya wanafunzi niliowakuta humo, kama rafiki zangu Samson Jeremiah ambaye sasa ni marehemu, Enock Alphonce Mahambo, Pima Matundali hawa na baadhi ya wengine walikuwa na akili sana darasani. Tulipokwenda darasani kupambanisha akili zetu katika mitihani, urafiki wetu tuliacha nje ya darasa. Tulikuwa wakati wote miongoni mwa washindi kiwango cha juu sana sio chini ya Ikweta, yaani chini ya mstari kati ya walioshinda na walioshindwa.

Baada ya kuvushwa kwangu kutoka darasa IV hadi la V, nilitaka nionyeshe katika darasa la VI kuwa kurushwa kwangu hakukuwa jambo la kubahatisha au kupendelewa na walimu. Nilitokea wa kwanza katika jimbo hilo katika mtahini wa darasa la VI. Ilikuwa wakati navushwa darasa moja hadi jingine ndipo kwa mara ya kwanza niliposikia jina la Kambarage likitajwa kwangu na mwanafunzi mwenzangu na rafiki yangu Ramadhani Marwa. Huyu tulikuwa tukisoma darasa moja na kabila lake alikuwa Mzanaki. Aliniambia kuwa katika shule ya msingi ya Mwisenge, Musoma, palikuwa na mwanafunzi kutoka Butiama, aliyekuwa na akili sana. Huyu rafiki yangu Ramadhani alikuwa mdogo wake mwalimu Oswald Mang'ombe Marwa aliyekuwa rafiki wa karibu sana wa Mwalimu Nyerere. Oswald Mang'ombe Marwa alikuwa mmoja wa walimu wa useremala hapo Bwiru na kwao palikuwa Butuguri, siyo mbali sana kutoka Butiama. Bwana Mang'ombe alifariki miaka ya 1970 wakati akiwa Mkuu wa Mkoa wa Mbeya.

Kusomea ualimu

Kabla ya kufanya mtihani wa wanafunzi wote katika *Lake Province* mwaka 1947, tulikuwa tumeombwa kuchagua kazi za kusomea tutakapomaliza masomo. Kazi zilizokuwapo za kusomea zilikuwa ualimu wa kufundisha shule za msingi, useremala, uashi na ufundi cherehani. Tulikubaliana na baba nisomee ualimu katika chuo cha ualimu hapo Bwiru, mwaka 1948. Wakati huo kufuatana na mila pamoja na tamaduni zetu, mvulana afikapo umri wa miaka 14, kama nilivyokuwa mimi wakati naanza kusoma Bwiru mwaka 1943, alikuwa anaozwa kimila na wazazi wake atake asitake. Msichana vilevile naye afikapo umri kama huo alikuwa anaozwa. Uamzi wa mwisho ulikuwa wa wazazi wa pande zote mbili. Kufuatana na utaratibu huo, mwaka 1946, niliwakubalia wazazi wangu niozwe binti mzuri niliyekuwa namuona akija hapo nyumbani kwetu aitwaye Muyate binti Magesa au kwa jina jingine Mzee Nyangero wa Bugoye, Ukerewe, wakati huo nikiwa shule darasa la nne. Huo ndio ulikuwa ule mwaka niliovushwa kutoka darasa la nne na kuingia la tano. Wakati namwona Muyate alikuwa anaishi na dada yake Buyinda Binti Mugusi, mke wa Mayiga Muriga kutoka Mwilindi, Kisorya, mbali kidogo toka kwetu Makwa. Hawa walikuwa ndugu zetu upande wa bibi mzaa baba. Wakati huo hapakuwa na kamera vijijini za kupiga picha wakati wa sherehe za harusi, kwa hiyo sina picha ya kumbukumbu ya mke wangu huyo tukiwa pamoja au akiwa peke yake, kwao au mahali pengine lakini bado nakumbuka sura yake hadi sasa. Lilikua chaguo langu kijijini hata kama angekuwa mahali pengine. Bahati mbaya mke wangu Muyate alifariki tarehe 25 May 1947 akiwa nyumbani kwao Bugoye, Ukerewe, ambako baba yangu na ndugu zetu walimpeleka baada ya mimba ya miezi saba kuharibika na yeye akapungukiwa damu.

Kutokana na tatizo hilo kubwa wakaamua wampeleke kwao Bugoye kwa madhumuni ya kumfikisha hospitali ya Kagunguli, Ukerewe. Kama nilivyosema awali, wakati huo hapakuwapo na usafiri wa haraka wala mawasiliano mengine kama ya sasa, hivyo wagonjwa kama huyo mke wangu aliwekwa kwenye machela za kienyeji. Hii ilikuwa shuka au blanketi iliyofungwa kwenye miti na kubebwa mabegani. Mke wangu alifariki kabla hajafikishwa hospitali ya Kagunguli walikotaka kumpeleka kutokana na kutokwa damu nyingi na kondo la nyuma kushindikana kutoka. Mwili wa kitoto chetu ulizikwa nyumbani kwetu Makwa, ambapo ule wa mke wangu ulizikwa kwao Bugoye, Ukerewe alipofia. Baba aliniandikia barua kuhusu msiba huo mkubwa katika familia yetu. Nilipoipata, niliomba ruksa kwa Mwalimu Mkuu huku walimu wakishangaa kwa kuwa hawakufahamu kuwa nilikuwa na mke nyumbani. Niliruhusiwa kwenda kwenye msiba huo wa mke wangu. Wakati huo nilikuwa na miaka 18. Baada ya kurudi shule kutoka kwenye matanga, mwaka huo wa 1947 nilijitahidi sana kusoma masomo yaliyokuwa yamenipita wakati sipo na nikiwa nimefunikwa na wimbi la majonzi ya kuachwa na mke wangu muda si mrefu baada ya kuozwa. Wanafunzi wengine baadhi walikuwa na wake nyumbani pia kwa hiyo sikuwa mimi peke yangu. Hii ni kwa sababu siyo tu tulikwenda shule tukiwa wakubwa, lakini mila zetu zilitulazimu tufanye hivyo.

Mwaka ule kama nilivyoeleza huko nyuma ndipo nilipofanya mtihani uliojumuisha wanafunzi wote Jimbo la Ziwa (Lake Province) nikatokea kuwa wa kwanza, hivyo mimi na wanafunzi wengine tuliofaulu tukachaguliwa kujiunga na masomo ya ualimu katika chuo cha Bwiru. Kipindi hiki familia yetu iliandamwa na misiba inayofuatana. Kabla ya kifo cha mke wangu, shangazi yangu Maua Nyegoro binti Ekara alifariki tarehe 28 Julai 1946 akafuatia bibi yangu Nyamukubi binti Magurira aliyefariki tarehe 24 Februari 1948; mwaka mmoja baada ya kifo cha mke wangu.

Mabadiliko ya kuanza mafunzo ya ualimu

Bahati mbaya mipango yetu ya kuanza mafunzo ya ualimu mwaka 1984, ilibadilika. Majengo ya chuo cha ualimu Bwiru yalichukuliwa na shule ya sekondari ya wavulana. Ikabidi chuo cha ualimu kihamishiwe Pasiansi Mwanza katika majengo yaliyoachwa wazi na askari waliokuwa katika jeshi la kikoloni la *King's African Rifles* (KAR) baada ya vita kuu ya pili ya dunia kumalizika mwaka 1945. Kwa hiyo wanafunzi wenzetu wa ualimu waliotutangulia wakapelekwa Pasiansi toka Bwiru na mafunzo yetu sisi yakaahirishwa mpaka mwaka uliofuata wa 1949. Hata hivyo badala ya kutupa likizo kungoja muda huo serikali ilitupeleka Mwanhala Middle School Nzega, Tabora. Hapo Nzega ndipo nilipotukana na wanafunzi wengine kama vile Mohamed Mussa, ambaye baada ya uhuru aliteuliwa kuwa Mkurugenzi wa Bahati Nasibu ya Taifa. Mwalimu Mkuu pale Mwanhala Middle school alikuwa Elias Mwamafupa mhitimu kutoka Chuo Kikuu Cha Makerere, Uganda. Baada ya uhuru aliwahi kuteuliwa kuwa mmoja wa maofisa waandamizi katika Ubalozi wa Tanzania, Washington D.C. Marekani. Tukiwa Mwanhala Mwalimu Mwamafupa na walimu wenzake, walitufundisha masomo mbalimbali ikiwamo Hesabu na Kiingereza somo ambalo nililipenda sana tukiwa Bwiru. Huko Nzega nilikutana na Revocatus Lyabandi toka Ukerewe akiwa Daktari.

Mabadiliko haya ya kutoanza mafunzo ya ualimu mwaka 1948 yalibadili pia kwa kiasi kikubwa mawazo yangu kuhusu kusomea ualimu ambao nilianza kuona kuwa haukuwa wito wangu kimaisha. Badala yake nilitamani kuchukua mafunzo mengine kama ya kijeshi ambako waliomo walivaa unifomu na kuonekana siyo tu maridadi lakini pia wakakamavu. Nilivutiwa sana na Jeshi la Kikoloni la *King's African Rifles* (KAR) wakati wa vita kuu ya pili ya dunia iliyoanza mwaka 1939 na kumalizika 1945 . Wakati nikiwa shule Bwiru Askari hao walikuwa wanapita mjini Mwanza au Pasiansi katika vikundi tofauti wakiwa katika mistari mitatu mitatu, miguu na mikono yao ikienda mbele na nyuma kwa pamoja. Walikuwa na ndege zao kubwa za kuwaleta au kuwapeleka mahali popote nje ya Tanganyika. Zilitua katika uwanja mdogo wa ndege uliokuwa kati ya Pasiansi na Ghuba ya Butuza kando ya ziwa Victoria kabla ya uwanja huo kuhamishiwa mahali ulipo sasa karibu na Ilemela Mwanza. Nilikuwa nakwenda huko Pasiansi na rafiki zangu toka Bwiru siku ambazo hazikuwa za masomo. Mavazi ya inspekta wa polisi hapo Mwanza nayo pia yalinivutia pamoja na ukakamavu wao wakiwa na vifimbo vyao *(Swagger Canes)*. Askari wa KAR wakati wakipita barabarani waliimba nyimbo zao za kusisimua na maarufu sana kama vile "Mungu yupo tutaonana" na mwingine ulikuwa "Funga Safari, Funga Safari, Amri ya nani kapteni amri ya KAR..." zilikuwa za kujenga ari na moyo wa ushupavu kwa askari hao lakini pia kwa wale tuliozisikia tukiwa nje ya Jeshi zilibeba wingu la huzuni kwa vile vitani ni suala la kufa na kupona.

Kitu kingine kilichonifanya nijiunge na Jeshi la Polisi na siyo KAR ni kwamba kaka yangu mkubwa Mashauri Kabulenyi Bwimbo na wengine wa umri wake, wakati wa kilele cha vita kuu ya pili ya dunia walikamatwa kwa nguvu na serikali ya kikoloni vijijini kwenda kusaidia upande wa Waingereza na washiriki wao kupambana na maadui zao. Kwa sababu hii tusingeweza kujiunga na Jeshi hilo moja sisi ndugu wawili toka familia moja hata kama ningekuwa mkubwa wakati huo. Kaka na wenzake waliporudi salama toka vitani wakiwa na unifomu zao waliheshimika kijijini kwa ukakamavu wao na habari walizorudi nazo kutoka vitani. Nakumbuka wengine waliokuwa na kaka vitani ambao nao sasa hawapo nasi duniani ni Daudi Masunu Mkweru, Nyabayanda Mugeta na Silas Mayega. Kaka yangu alirudi akiwa tayari dereva wa magari ya kivita. Akiwa huko vitani alifanya mpango kiasi cha shilingi 14/= ziwe zinakatwa kila mwezi toka kwenye mshahara wake tangu tarehe 2 June 1944 ili zitusaidie huku nyumbani. Alinichagua mimi kuwa napokea fedha hizo kupitia kwa Ofisa wa Wilaya (DO) Mzungu, Mwanza kwa utaratibu uliowekwa wakati nikiwa shule Bwiru. Namba zake za Jeshi zilikuwa 31970 Driver Mashauri Kabulengyi Bwimbo Batalioni E.A.A.S-C.26, E.A. VRD.

Kujiunga na Jeshi la Polisi

Mwaka 1949 nilisoma katika Chuo cha Ualimu Pasiansi Mwanza muhula mmoja tu, likizo ya kwanza ilipokwisha sikurudi. Tarehe 30 Januari1950 niliandika barua kwa Mkuu wa Chuo cha Polisi, (Depot) Dar es Salaam kuomba kujiunga na Jeshi. Nilijibiwa kwa barua yao ya tarehe 7 Februari1950 iliyonieleza hatua za kuchukua kabla ya maombi yangu ya kuajiriwa kama askari polisi kuruta azungumzae na kuandika Kiingereza kufikiriwa. Maelezo toka kwa Mkuu wa Chuo (*Commandant*) yalinielekeza nipitie kwa Kamanda wa Polisi wa Jimbo la Ziwa *(Lake Province)* sasa Mkoa wa Mwanza. Huyu Kamanda ndiye kwanza angeniona na kuamua iwapo nafaa au sifai kuajiriwa katika Jeshi hilo kufuatana na vigezo vilivyokuwa vimewekwa. Kwa vile nilikuwa tayari na barua toka kwa Mkuu wa Chuo cha Polisi, nakala akapewa Kamanda wa Polisi Mwanza, nilihudumiwa haraka. Nilipewa fomu za kupeleka katika Hospitali ya serikali Mwanza iliyokuwa karibu na Makao Makuu ya Mkoa wa Mwanza. Nilichukuliwa damu toka kwenye mkono pamoja na X-Ray ya kifua. Vipimo vyote vilionyesha kuwa sikuwa na tatizo lolote kiafya. Nilichukuliwa alama za vidole na nikaonekana pia sikuwa na makosa ya jinai au mengine. Hatua nyingine ni kupimwa urefu ambao ulikuwa futi tano na nchi nane ambao ndio uliotakiwa askari awe nao nyakati hizo. Baada ya zoezi hilo nilipewa Waranti daraja la tatu kusafiri kwa treni toka Mwanza hadi Dar es Salaam. Kuhakikisha kuwa napata nafasi ya kukaa katika behewa la abiria daraja la tatu sajini mmoja alinisindikiza hadi stesheni baada ya kuhakikisha kuwa nimepata kiti tuliagana akaondoka.

Tulipofika stesheni ya treni Dar es Salaam baada ya safari ya siku mbili njiani nilipokelewa pamoja na wenzangu kutoka sehemu tofauti nchini wakienda kwenye mafunzo katika chuo hicho cha polisi. Maofisa wa polisi waliotupokea tayari walikuwa na majina yetu hivyo tuliitwa mmoja mmoja na kuingia katika gari aina ya karandinga walilokuja nalo kwa madhumuni hayo. Hali ya hewa ya Dar es Salaam ilikuwa joto sana ikilinganishwa na ile ya kanda ya ziwa nilikotoka. Maji pia yalikuwa na chumvi. Hii ilikuwa safari yangu ya pili kusafiri kwa treni. Safari ya kwanza ilikuwa mwaka 1948 wakati natoka Mwanza na wanafunzi wenzangu kwenda Middle School, Mwanhala, Nzega, Tabora na kurudi Mwanza.

Tarehe 2 Machi 1950 ndiyo siku niliyoajiriwa na kupewa Namba ya Jeshi A 518. Nidhamu, maadili na ari ya askari vilikuwa vya kiwango cha juu sana ingawa tulilipwa mishahara mdogo ikilinganishwa na ya sasa. Nilianza na mshahara wa shilingi 75/ kwa mwezi. Naamini utendaji kazi mzuri wakati huo haukutokana na hali ya kutawaliwa na wakoloni bali uchujaji wa wale walioomba kuajiriwa katika polisi ulikuwa makini sana. Aliyeelekea kuwa askari mwenye tabia zisizotakiwa alitolewa mara moja na kurudi alikotoka. Askari walitakiwa kuwa na moyo wa kupenda kazi yao (*Esprit de corps*) na kupandishwa cheo kulitegemea kuwa na sifa zinazotakiwa; uchapakazi mzuri, nidhamu, tabia na mwenendo safi unaokubalika katika Jeshi, ukakamavu wakati wote, unifomu safi, uwezo wa kuongoza wengine. Upendeleo haukuwepo kwa sababu maadili ya kazi yalipewa kipaumbele zaidi. Maelewano mazuri kati ya askari wa kawaida, koplo, sajini, mainspekta na wengine katika ngazi za juu zaidi, yaani maofisa wa dola Wazungu, msingi pekee wa maelewano ulikuwa ni utendaji kazi mzuri pamoja na sifa nyingine ambazo nimetaja hapo juu. Upendeleo wowote ulichukuliwa kama rushwa na haukupewa nafasi. Askari aliyefanya kosa la kinidhamu alipewa adhabu ya kutotoka nje ya eneo la kambi au kuchezeshwa gwaride akiwa na begi mabegani adhabu ambayo kwa Kiingereza inaitwa "*Extra Parade*" mbali na shughuli nyingine za kawaida alizopangiwa. Hatua hizo zikishindikana kumfanya askari ajirekebishe alifungwa ndani ya chumba kama mahabusu, hasa waliopatikana na makosa ya kulewa au kutokuwepo katika kambi pakitokea kuitwa kujipanga ili kuhesabiwa iwapo pana jambo la dharura. Tukiwa katika chuo tulifundishwa kuwa aliyeanzisha Jeshi la Polisi Uingereza ni Sir Robert Peel katika mwaka 1829.

Wakati najiunga mwaka 1950, Jeshi la Polisi halikuajiri askari wa kike na siyo kwamba wanawake hawakutaka kazi hiyo, la hasha. Hawakuajiriwa kwa sababu ya ukoloni pamoja na mila na desturi zetu zilizokataza wanawake wasifanye kazi za aina hii. Sababu nyingine ilikuwa ni wazazi wetu wengi mbali na kukosa uwezo wa kusomesha watoto wao hata wa kiume, shule chache zilizokuwapo zilikuwa mbali hivyo wazazi hawakuruhusu binti zao kutembea umbali mrefu kwa miguu kwenda shule ambako wangepata elimu ya kuwawezesha kujiunga katika Jeshi la Polisi au kufanya kazi nyingine katika serikali ya wakati huo. Hapakuwa na usafiri wa gari aina yoyote kupeleka wanafunzi shule na kuwarudisha nyumbani. Katika shule ya Bwiru nilikosoma, hapakuwa na wanafunzi wasichana isipokuwa mmoja aliyeitwa Emile Mhuto aliyekuwa ndugu wa Katibu Muhtasi wa Mwalimu Mkuu wa chuo cha ualimu Bwana Charles Whybrow. Alipotoka kwa uhamisho kwenda Shule ya Sekondari ya Wavulana Tabora, nafasi yake ilichukuliwa na Bwana E.M. Mundy. Shule ya Sekondari ya Wasichana ya Bwiru haikuwepo wakati huo.

Askari wa kike walianza kuajiriwa katika Jeshi la Polisi hapa nchini baada ya uhuru mwaka 1962. Kamishna wa Polisi (sasa Inspekta Jenerali) akiwa Bwana Elangwa Shaidi. Mwalimu Nyerere aliomba serikali ya Uingereza ilete ofisa wa kike atakayesaidia kufundisha polisi wanawake. Walimleta Mrakibu wa Polisi (*Assistant Superintendent of Police*) Doreen Ann Prissick. Huyu ndiye aliyeanza kufundisha polisi wanawake. Wakati huo nilikuwa katika *Special Branch* chini ya Jeshi la Polisi kabla ya kuvunjwa kwake tarehe 6 Septemba 1963, na nafasi yake kuchukuliwa na Idara ya Usalama wa Taifa ikawa nje ya Jeshi la Polisi. Sisi tuliokuwamo ndio tuliokuwa waasisi wa Idara hii mpya kwa kuhamishwa toka katika jeshi la polisi.

Katika chuo cha polisi baada ya kupata namba za jeshi, tarehe 2 Machi 1950 mimi na wenzangu tulipangiwa madarasa ambayo kijeshi huitwa *Squad* nikapelekwa darasa E10 ikimaanisha kuwa ni darasa la awamu ya 10 kwa kuruta wanaofahamu kusoma na kuandika Kiingereza. Mkuu wa chuo alikuwa Bwana Thorne, cheo chake wakati huo akiwa Mrakibu Mwandamizi wa Polisi (*Senior Superintendent of Police*) sawa na cheo nilichokuwa nimefikia kuanzia tarehe 1 Juni 1962 nikiwa bado *Special Branch*. Wasaidizi wa Bwana Thorne walikuwa Bwana G.G. Johnson pamoja na Bwana A.R.G. Atkins wote wakiwa na cheo cha Mrakibu Msaidizi wa Polisi. Baada ya kumaliza mafunzo yetu tulipata habari kuwa Bwana Thorne alihamishiwa Zanzibar ambako alipatwa maradhi akafariki.. Miongoni mwa wenzangu niliokuwa nao katika darasa E10 namkumbuka Fanuel Mtambo peke yake; wengine wote nimesahau majina yao kutokana na muda mrefu kupita.

Kutokana na bidii yangu katika mafunzo ya gwaride, jinsi ya kutumia bunduki Mark 4, usafi, ukakamavu na maendeleo ya kuridhisha, historia yangu ya shule ya Bwiru ilijirudia tena katika Jeshi la Polisi. Viongozi wahusika wa masuala ya mafunzo ya gwaride, kutumia bunduki Musketry na yale mafunzo ya darasani waliketi pamoja kujadili uwezekano wa kupendekeza nihamishwe toka darasa E10 kwenda darasa E9 ambalo kuruta wake walianza mafunzo kabla ya darasa E10. Ilipendekezwa Askari Kuruta No. A518 Petro Bwimbo, ahamishwe mara moja toka darasa E10, kwenda darasa E9, ambalo waliokuwamo walikuwa wameanza masomo kabla yetu sisi kuruta wa E10. Niliarifiwa nikakubali. Ilikuwa imebakia miezi michache tu kuruta wa darasa E9 wafanye mitihani ya mwisho, wagawiwe vituo vya kufanya kazi. Sajini Nicodemus ndiye alitufundisha gwaride na jinsi ya kutumia silaha aina ya bunduki Mark 4 akisaidiwa na Koplo Asumile Mwakibinga. Sajini Meja alikuwa Jonas Mwambinga. Katika darasa la E9 mmoja wa wale niliowakuta ni rafiki yangu Nelson L. Mkisi ambaye naye kama mimi baadae alihamishiwa Jeshi la Kujenga Taifa (JKT) toka Jeshi la Polisi. Mkisi baadae alipandishwa cheo kuwa Meja Jenerali kuongoza jeshi hilo. Walimu wetu katika masomo ya darasani wakati huo wa ukoloni walikuwa ni Mainspekta Geofrey Sawaya, Daudi Amri, Nahson Nzowa na John F. Kyoma ambao wote sasa ni marehemu. Katika mitihani ya mwisho ya darasa E9, somo la shabaha nilipata daraja la pili na katika masomo ya darasani pia nilishinda kwa kiwango kilichotakiwa kama baadhi ya wale niliowakuta. Baada ya mafunzo hayo nilipangiwa kufanya kazi Kituo cha Kati Dar es Salaam kuanzia tarehe 1 Agosti 1950, wakati huo kikiwa bado karibu na Avalon Cinema, mtaa uitwao sasa Sokoine Drive. Bahati nzuri hapo tena nikakutana na rafiki yangi N.L. Mkisi.

Muundo wa Jeshi la Polisi enzi zile

Wakati naajiriwa katika Jeshi la Polisi matawi makubwa kadri ninavyokumbuka yalikuwa Unifomu, Upelelezi wa Makosa ya Jinai, *Identification Bureau* (IB), Upelelezi wa Masuala ya Siasa *(Special Branch)*, Usalama Barabarani na Kikosi cha Kutuliza Ghasia *(Motorised Company)* ambacho sasa ni *Field Force Unit* (FFU), Usalama wa Reli ya Kati na Usalama wa Bandari. Kulikuwa na Bendi ambayo kiongozi alikuwa Gulam Singh mwenye asili ya India, baadaye akawa Justini Mayagila, mtu aliyependa sana kazi yake, maridadi na mkakamavu. Alifariki miaka ya karibuni Kurasini Dar es Salaam akiwa anaaugulia nyumbani kwa mmoja wa wanae wa kiume. Vingine ni Kikosi cha Mbwa, Kikosi cha Kuzuia Wizi wa Almasi Mwadui, Shinyanga kwenye kampuni ya Williamson Diamond Ltd. Kikosi hiki kiliongozwa na ofisa wa polisi aitwaye Joti, mwenye asili ya India. Mmoja wa wasaidizi wake alikuwa Daniel Oguma Kirahi, Mkuria toka Mara. Huyu alisifika sana kwa uwezo wake wa kupeleleza kesi za wizi wa almasi. Vikosi vya kuzuia Madawa ya Kulevya, Reli ya TAZARA, Farasi na kile cha Anga havikuwepo. Hivi vilianzishwa baada ya uhuru. Mkuu wa Usalama Barabarani alikuwa Bwana Rogers, alipotoka akaletwa Bwana Davis. Wasaidizi wao wengi walikuwa Mainspekta wa Polisi wenye asili ya India kama De Silva na Nirmal Singh.

Kabla ya kumaliza masomo tatizo la cheti cha shule lilijitokeza kwa sababu sikuwa nacho kutoka Chuo cha Ualimu Pasiansi Mwanza. Tarehe 5 Juni 1950 niliandika barua kama nilivyoshauriwa na kuipeleka kupitia posta lakini mkuu wa chuo Bwana R.C. Rollinson, Mzungu, alipoipata akaandika barua kunijibu kuwa asingenipa barua kwa vile nilitoka chuoni bila idhini. Majibu hayo hata hivyo hayakuwa sababu ya kukatishwa kuendelea na mafunzo yangu katika jeshi la polisi mradi palikuwa na mitihani ya kufanya kupima kiwango cha elimu ya kuruta asiye na cheti toka shule. Kwa hiyo kabla ya kumaliza mafunzo ya kuruta mimi na baadhi ya wengine wenye tatizo kama langu tulipewa mitihani ya Kiswahili na Kiingereza ambayo yote niliishinda. Mwaka 1952 nilichaguliwa kuhudhuria mafunzo ya kupandishwa cheo kutoka askari daraja la tatu kuwa Koplo katika Chuo kile kile cha Polisi, Dar es Salaam kabla hakijahamishiwa Moshi kutoka sehemu ambayo sasa ni Polisi Ufundi, Barabara ya Kilwa. Nilishinda kozi hiyo kwa kiwango cha juu *(Pass with distinction)* na kupewa cheo cha Koplo tangu tarehe 1 Januari 1953.

Nikiwa askari wa kawaida hatimaye Koplo katika kituo cha kati Dar es Salaam, kamanda wa Mkoa alikuwa Bwana Flannigan. Alipotoka alikuja Bwana Butler, na maofisa wengine wazungu chini yao walikuwa D. J. Hunt, Harbold Lawrence, Bruce H. Taylor pamoja na Bwana Norman Brend, kabla hajahamishiwa . Baadhi ya Mainspekta wa Polisi wa gredi tofauti niliofanya kazi chini yao kabla sijahamishiwa *Special Branch* ni Muhidini Hussein, Leslie Saitte, Teja Singh, Zonga Salehe, Yohana Mayengo, Gilbert Chagula, Vincent Felician Bisigiro, Silas Mbeye (baadae tukawa pamoja Idara ya Usalama wa Taifa) Kabir Nathoo, Khadam Ali, Bernard Masanja, Omari tuliyekwenda nae Uingereza kwenye mafunzo ya Usalama mwaka 1962. Baadhi ya wakaguzi wengine wa gredi mbalimbali waliokuwa pia katika kituo hicho wakifanya kazi na kupangwa kwenye orodha ya maofisa wa kuarifiwa kama pana tatizo *(Officer on call)* ni P. C. Zachariah, N.A. Dar (wenye asili ya India) na Maalim Mwita. Baadae miaka hiyo ya 1950, kituo hiki cha kati kilihamishiwa katika jengo ambalo miaka ya karibuni lilikuwa Makao Makuu ya Shirika la Reli (TRC) mkabala na kituo cha Treni cha Dar es Salaam, kabla majengo ya kituo cha kati cha sasa cha Polisi kujengwa kilipo sasa miaka michache kabla ya uhuru.

Kuhamishwa

Baada ya kupandishwa cheo kuwa koplo tarehe 1 Januari 1953, ndipo bila kufahamu, maofisa toka Special Branch Dar es Salaam walianza kufuatilia mienendo yangu nikiwa naishi katika kambi ya polisi Barabara ya Kilwa, kuona kama tabia zangu ni zile zinazotakiwa katika *Special Branch*. Palikuwa na sajini katika kambi ya jeshi la polisi Barabara ya Kilwa akiitwa Sajini Pancras, kabila Mjaluo. Huyu ndiye siku moja alinifuata akanieleza alikokuwa anafanya kazi na kwamba alikuwa na ujumbe toka ngazi za juu kuhusu mimi kwenda kuonana na Mkuu wake wa kazi kwa ajili ya kufanyiwa usaili ambao kama ningepita ningehamishiwa huko. Nilikubali, mipango ikafanywa, Sajini Pancras akanipeleka kwa mkubwa wao wa kazi, mzungu, ambaye alinifanyia usaili nikashinda. Pamoja na sifa nyingine alitaka pia kujua lugha ninazozifahamu za makabila ya kanda ya ziwa mbali na Kiswahili na Kiingereza nikamtajia. Nilikubali uhamisho kwenda Mwanza kuanzia tarehe 1 April 1953. Mkuu wa Kambi, Officer Commanding Barracks, Barabara ya Kilwa Dar es Salaam alikuwa Bwana Pamment ambaye hatimaye alihamishwa kwenda Sarawak.

Nilitoka Dar es Salaam kwa treni Daraja la Tatu na kuwasili Mwanza ambako nilimkuta mkubwa wetu wa kazi John Press. Niliungana na wenzangu, Sajini Said Nassoro, Henry, Koplo Lucas Ogutu, Koplo Livingstone Wainaina na Inspekta wa Polisi Thomas Ogoya, Livingstone Lubega na wengine. Maofisa hawa wote walifurahi kunipokea nilipowasili na mke wangu Christina Magali binti Makongoro. Mara Bwana Press alihamishwa akaja Bwana E.N.G.N. Brend (Bwana Mtemba) jina tulilompa bila yeye kufahamu kwa sababu alikuwa anavuta mtemba au kiko. Dereva wake wa siku nyingi alikuwa wakati ule Koplo Benjamini Mwambapa. Makatibu muhtasi wao walikuwa ni Miss Pat Quinlan, Miss S.E. Bailey, Miss Foggo na Miss B. Ross. Hawa walifanya kazi Mwanza nyakati tofauti. Uhamisho kama wangu toka Tawi la Unifomu kwenda *Special Branch* ndio ulikuwa utaratibu wa enzi hizo za ukoloni kwa vile tawi la Unifomu ndilo lilikuwa Tawi lenye watu wengi na ndimo kila askari alipewa mafunzo ya awali *(Basic Police Training)* alipoajiriwa baada ya kuchunguzwa na kukubaliwa. Waliohamishwa toka huko walipewa mafunzo mengine kufuatana na kazi zinazofanywa sehemu wanakohamishiwa, lakini wote tulikuwa katika jeshi moja la polisi chini ya Kamishna wa Polisi kabla cheo hiki kubadilika kuwa Inspekta Jenerali wa Polisi (IJP) miaka michache baada ya uhuru. Baada ya *Special Branch* kuvunjwa mwaka 1963 nafasi yake ilichukuliwa na Idara ya Usalama wa Taifa. Utaratibu huo ulisitishwa ili Idara hii mpya ijitegemee kwa kuajiri wafanyakazi wake toka mahali pengine. Licha ya hivyo uchunguzi wa wanaojiunga na idara ulibakia ni ule ule wa kiwango cha juu ili kuepuka uwezekano wa kuajiri watu wasiofaa katika idara hii nyeti. Nakumbuka Mkurugenzi wa kwanza wa Jeshi la kujenga Taifa (JKT) David S. Nkulila alikuwa toka polisi, kabla JKT kuunganishwa na jeshi la wananchi wa Tanzania (JWT). Hata Mkurugenzi wa kwanza wa TAKUKURU (zamani *Anti-corruption*) Geoffrey Sawaya alitoka Jeshi la polisi.

Nikiwa Koplo chini ya Bwana Norman Brend, Mwanza, alitambua haraka siyo tu hamu yangu kubwa ya kutaka kujiendeleza nikiwa kazini, lakini pia bidii yangu kazini, akafanya mipango na Idara ya Elimu kupitia kwa Mkurugenzi wa Idara ya Elimu, niweze kutumiwa mtihani wa lugha ya Kiingereza wa darasa la 10 (*Standard Ten English Examination Papers*) hapo Mwanza niweze kujiendeleza kielimu. Aliniazima hata vitabu vyake nisome. Tarehe 1 Agosti 1954 nilipandishwa cheo toka koplo kuwa sajini. Mwaka 1955 mtihani wa lugha ya Kiingereza wa darasa la kumi uliletwa na Idara ya Elimu nikaufanya nikashinda na kutangazwa katika *Force Order No.* 3/55 ya tarehe 1 Oktoba 1955. Nilianza kulipwa posho ya shilingi kumi kwa mwezi badala ya shilingi tano kwa mwezi kama posho ya koplo anayefahamu lugha ya Kiingereza niliyokuwa nalipwa kuanzia tarehe 1 Januari 1952 na kutangazwa katika *Force Order No.* 23/52. Sikuwa nimeridhika na hatua hiyo mpaka nilipofanya mtihani huo wa kujipima mwaka 1955. Kabla ya hapo nilikuwa pia nimejipiga msasa kwa kuchukua somo la *Senior Cerificate in English Language*, kwa njia ya posta toka *British Tutorial College*, Nairobi, Kenya kwa kujilipia mwenyewe.

Nchini Tanganyika wakati huo hakikuwapo chuo, shule binafsi au cha serikali ambako watu wangesoma kwa njia ya posta au kwa utaratibu mwingine ili wanaohitaji kujiendeleza wajiunge na vyuo au shule hizo wakati wanafanya kazi kama ilivyo sasa.Hii ndiyo sababu nilijiunga na chuo hicho cha Nairobi kwa njia ya posta.

Mafunzo Chuo cha Polisi Moshi

Mwaka 1956 nilipendekezwa kuhudhuria mafunzo ya kupandishwa cheo katika kozi No. 7, katika Chuo cha Polisi Moshi, kuanzia tarehe 2 Aprili 1956 ili nitoke cheo cha Sajini, kuwa Inspekta chini ya uangalizi

(Probation) pindi tumalizapo masomo na kushinda. Mwisho wa masomo katika mtihani darasani nilikuwa wa kwanza miongoni mwa maofisa karibu ishirini tukiwa mchanganyiko na maofisa waliotoka Idara ya Magereza ambayo pia ilikuwa chini ya Wizara ya Mambo ya Ndani. Nilikuwa peke yangu toka *Special Branch* ambako kazi zilikuwa tofauti na wale wanaovaa unifomu. Kwa vile nilikuwa *Special Branch* tangu mwaka 1953, sikuwa na uzoefu wa kutosha katika masuala ya kupeleka mtuhumiwa mahakamani na kuendesha mashtaka mbele ya Hakimu n.k. Kwenye masomo hayo tulikuwa na wenzangu Paul George Kalinga, Webb Luhanga, Gladstone Mwamlima, Ezechiel Nyondo, Nelson L. Mkisi, Anselem Lyanda, Bakari Mkopi na wengine toka magereza ambao bado nakumbuka jina la Mustapha Dachi. Mkuu wa chuo alikuwa Bwana Blake, mfawidhi wake alikuwa Bwana Marriot. Mwalimu wa mambo ya sheria *(Legal Instructor)* alikuwa Bwana Thampi, mwenye asili ya India na kwa upande wa gwaride na masuala ya silaha tulifundishwa na Afande Sajini Eligius Kisopi ambaye alikuwa mkakamavu na muelewa sana wa kazi yake. Baada ya kurudi Mwanza toka Moshi muda wa kutazamwa ulipokwisha tarehe 1 Oktoba 1959 nilipandishwa cheo hadi kuwa Inspekta Mwandamizi *Senior Inspector* nikavuka ngazi ya Inspekta.

Ulinzi wa Viongozi wa Nchi

Kwa nini viongozi hulindwa?

Nchi zote duniani, ikiwamo Tanzania, wapo watu mashuhuri wenye hadhi, madaraka na nyadhifa kubwa za uongozi zinazowafanya walindwe kutokana na umuhimu wa kazi zao hizo katika mataifa husika kwa mujibu wa katiba na sheria zilizopo. Kwa mfano kiongozi wa nchi ambaye ni mwanasiasa kwa kuzingatia madaraka na wadhifa mkubwa alionao katika taifa lake anakuwa na maisha ya aina mbili:

Maisha aliyopewa na Mwenyezi Mungu kama binadamu yeyote ya kuvuta hewa safi na kupumua

Maisha ya kisiasa ambayo ndiyo msingi mkubwa uliomfikisha kwenye uongozi alionao

Maisha yaliyotajwa kwanza ya uhai aliopewa na Mungu, yanaweza kudhurika iwapo kiongozi hana ulinzi. Vilevile maisha yake ya kisiasa inatakiwa yalindwe yasidhurike kama yale maisha aliyopewa na Mungu, kwa sababu aina zote mbili za maisha ni muhimu sana kwa kiongozi akiwa bado yupo katika madaraka hayo aliyokabidhiwa na wananchi kwa kumchagua.

Tofauti kati ya maisha haya ya aina mbili ni kwamba yale maisha ya kwanza ya uhai aliopewa na Mungu yakipotea, ndiyo unakuwa mwisho wa uhai wa mtu yeyote hapa duniani, ambapo yale maisha ya aina ya pili, yakidhurika kwa kutochaguliwa tena mhusika ataendelea kuwa hai, lakini hatakuwa tena kiongozi. Ndiyo maana aina zote mbili za maisha ya kiongozi wa kisiasa zinahitaji ulinzi kwa sababu kama mojawapo ikikosekana kwa sababu yoyote, hatakuwa kiongozi tena. Tunaweza kuyaita kuwa haya ni maisha yanayotegemeana. Maisha ya kisiasa yanahitaji kiongozi wa kisiasa awe karibu na wanachama wa chama chake na wananchi wengine kwa jumla kwa sababu ndio waliomchagua kuwa kiongozi wao. Lakini kiongozi wa nchi ni binadamu siyo malaika hawezi kupendwa na kila mtu hivyo lazima apewe ulinzi.

Ulinzi wa viongozi wa nchi ni wa lazima kwa sababu kama alivyosema Mwamerika John Richelieu Davis katika kitabu chake cha *Industrial Plant Protection*, katika viwanda vikubwa vyenye wafanyakazi wengi mahali popote duniani, asilimia 25 ya wafanyakazi hao ni waaminifu sana, hawaibi, asilimia 25 wengine siyo waaminifu, wana tabia za wizi, ambapo asilimia 50 waliobaki ni waaminifu pia lakini uaminifu wao hutegemea sana mipango ya ulinzi iliyowekwa na menejimenti ya kiwanda, kampuni, taasisi au shirika linalohusika na ajira zao. Mwandishi huyu alikuwa Mhadhiri Mwandamizi wa masuala ya ulinzi katika Chuo Kikuu cha Michigan, Marekani.

Hii ndiyo kusema kuwa hawa wafanyakazi asilimia 50, ingawa hawaibi pia, lakini wanaweza kushawishika na kufanya vitendo vya uhalifu iwapo mipango ya ulinzi mahali pao pa kazi itakuwa siyo imara kiasi cha kuwafanya baadhi yao washawishike, kwa sababu ya mipango mibovu ya ulinzi uliopo. Hawa, wakichanganyika na wale wenye asili ya wizi ambao ni asilimia 25, wanakuwa jumla asilimia 75 ambao miongoni mwao wanaweza kufanya uhalifu mahali pao pa kazi au popote pale.

Kwa kuwa makundi haya yote yanatoka miongoni mwa jamii yetu, ni wazi kwamba tunao watu siyo tu wanaoweza kufanya vitendo vya uhalifu wa kuiba mahali pao pa kazi kama ilivyotajwa na mtaalamu huyu, lakini wapo pia wanaoweza kufanya vitendo vya kudhuru maisha ya binadamu wenzao katika jamii yetu kama vile viongozi wa nchi au watu wengine mashuhuri kwa sababu za kisiasa au visa tofauti. Watemi (machifu) walikuwa wanalindwa na marugaruga wao kwa namna fulani katika maeneo yao ya uchifu ili maisha yao yasidhurike kwa vile ilijulikana kuwa katika jamii walimokuwa palikuwa na wahalifu siyo tu wa kuiba lakini hata wale wa kudhuru maisha ya wenzao kwa visa fulani wapatapo nafasi.

Aina mojawapo ya maisha ya kiongozi ikipotea au zote mbili ghafla kwa wakati mmoja, nchi husika hugubikwa na matatizo makubwa sana kiasi cha kusababisha siyo tu kuwapo kwa uvunjaji wa sheria na amani bali ni pamoja na umwagaji wa damu na wananchi kuikimbia nchi yao, vurugu hizo huathiri kwa kiasi kikubwa sana maendeleo ya uchumi wa nchi. Hali ikitokea kuwa hivyo, wakati mwingine vurugu hizo zinaweza kudumu kwa muda mrefu kabla hali haijawa shwari hasa katika nchi zetu changa.

Maisha ya aina hizi mbili wanayo pia watu wengine maarufu. Kwa mfano waimbaji nyota na warembo wa kimataifa. Hawa wana maisha yao waliyopewa na Mungu lakini vilevile wana maisha ya kisanii. Waimbaji nyota maarufu wa kimataifa, mbali na kuwa miongoni mwa matajiri wakubwa, uimbaji wao hauwaletei tu sifa kubwa wao binafsi bali hata nchi zao hupata sifa. Hata hivyo wao kama binadamu wengine umaarufu wao hauwafanyi wapendwe na kila mtu kwa sababu tofauti, ndiyo sababu huwa pia na walinzi wao. Waimbaji nyota kama hayati Bob Marley wa Jamaica, Miriam Makeba, Lucky Dube, wote wa Afrika Kusini na Michael Jackson wa Marekani walikuwa waimbaji nyota maarufu sana, ndiyo sababu vifo vyao vililleta wingu kubwa la simanzi hata nje ya mipaka ya nchi zao.

Mlinzi pia, bila kutofautisha makundi au hadhi ya watu mashuhuri wanaolindwa, ana maisha ya aina mbili; yale aliyopewa na Mungu kama binadamu yeyote na vilevile mlinzi ana maisha ya ujasiri kutokana na silka yake pamoja na uzalendo wa hali ya juu na mafunzo.

Kwa sababu ya umuhimu wa majukumu yake mlinzi hodari mwenye sifa zilizotajwa hapo juu, katika maisha yake ya aina ya pili, awapo kazini huwa hafikirii au kuhofia zaidi maisha yake ya aina ya kwanza kwa vile akifanya hivyo atashindwa kutekeleza vizuri majukumu yake kwa kuogopa maisha yake yasidhurike wakati yeye ndiye ngao ya yule anayemlinda. Hata wadudu aina ya nyuki pia, kutokana na umuhimu wa Malkia wao, humlinda bila kujali maisha yao wenyewe.

Doria wa chama cha TANU kabla ya uhuru

Mwaka 1958, miaka mitatu kabla ya uhuru, siku moja mchana, Mwalimu Nyerere akiwa wakati huo Rais wa TANU, akifuatana na viongozi wengine wa ngazi za juu katika chama hicho waliwasili mjini Mwanza ama kwa gari aina ya Land Rover toka Tabora au kwa treni toka Dar es Salaam. Walifikia nyumbani kwa hayati Balozi Paul Lazaro Bomani, ambaye alikuwa mmoja wa viongozi wa kwanza wa TANU, mjini Mwanza. Wakati wa uhai wake, mbali na kuwa Balozi nchini Marekani alikuwa pia Waziri katika Wizara ya Fedha na Wizara nyingine.

Ingawa mikusanyiko mikubwa ya kisiasa ilikuwa pia marufuku bila kibali cha polisi nyakati hizo kama ilivyo sasa lakini vijana wa TANU *Youth League* (TYL) na wanachama wengine wakereketwa wachache wa Mwanza walikuwapo katika vikundi vidogo vidogo karibu na jengo alimofikia Mwalimu Nyerere. Hao ndio walikuwa wanafanya doria kutaka kutambua askari kanzu na sisi wa *Special Branch* watakaopita sehemu hiyo kwa kazi yao ya upelelezi. Yusufu Athuman Marsha alikuwa mwanachama mkereketwa sana na ndiye alikuwa anaendesha Land Rover au gari jingine lililotumiwa na rais wa TANU, anapowasili Mwanza. Mimi nilikuwa Mwanza wakati huo tangu 1953, chini ya Uongozi wa E.N.G.N Brend.

Nilipopita barabarani karibu na jengo walimofikia viongozi hao wa TANU nikiwa na baiskeli yangu Yusufu A. Marsha aliniita kwa sauti kubwa "Peter njoo hapa usijidai hauko hapa kutafuta habari kuhusu ugeni huu mzito ulioko hapa Mwanza leo." Nilishuka toka kwenye baiskeli yangu nikamwambia sikuwa na nia hiyo. Alikuwa ameamua siku hiyo kunipeleka mbele ya Rais wa TANU Mwalimu Nyerere na wajumbe waliofuatana naye. Alinikamata mkono akanipeleka hadi ghorofani walipoketi wageni hao. Nikiwa mbele ya wageni hao aliniambia niwaamkie na kujitambulisha kwao. Nilifanya hivyo bila woga wowote kwa sababu ndivyo alivyotaka nifanye. Baada ya kujitambulisha aliniambia nikae juu ya kiti nikafanya hivyo. Nilikuwa kama nimewekwa chini ya ulinzi hivi.

Mwalimu Nyerere alionekana kuwa hakupendezewa na jambo lile. Ghafla akauliza, "Sasa kijana huyu wa polisi kama yupo kazini, mnamweka hapa afanye nini? Mwacheni rafiki yangu aendelee na shughuli zake". Alisema kuwa iwapo serikali ingetaka habari zake kama Rais wa TANU, mkubwa wetu akimhitaji yeye Mwalimu Nyerere atakwenda kumweleza. Niliaga, rafiki yangu Yusufu A. Marsha akanisindikiza hadi nje, nikachukua baiskeli yangu, nikaondoka.

Kitendo hiki kamwe hakikuathiri kazi yangu. Mimi sikuwa adui wa TANU, adui wa TANU ulikuwa ni ukoloni. Ningekuwa ni kibaraka wa wakoloni, kama baadhi ya Wanachama na viongozi wa TANU, walivyokuwa wanatuita, kupelekwa kwangu mbele ya viongozi wa chama, kwa nguvu, ni jambo ambalo pengine ningeweza kulikuza mbele ya serikali pakawa na matatizo kati ya chama cha TANU na serikali ya kikoloni. Nilijua nafanya nini katika hali ya namna hiyo.

Nimetaja tukio hili hasa kwa sababu kubwa tatu. Mosi, kuthibitisha kuwa Mwalimu Nyerere hakuwa mtu wa kutishika na vituko vya wakoloni wakati wa harakati zake za kuongoza TANU. Pili ni kutaka kuonyesha jinsi kila taaluma ilivyo na maadili yake. Iwapo nia ilikuwa kunitambulisha kwa viongozi hao kwa sababu yoyote, hicho kitendo kilikuwa kwa manufaa ya pande zote mbili. Wao, viongozi wa TANU kunitambua, na mimi pia kuwatambua kwa uhakika na kwa urahisi zaidi, kama palikuwa na baadhi ambao nilikuwa siwajui. Kama wakati nashikwa mkono na kupandishwa juu kwenye ngazi za jengo ningekataa, pangetokea vurumai isiyo ya lazima, kitendo ambacho ni kinyume na maadili ya kazi nilizokuwa nafanya. Baadaye ugeni ulipotoka Mwanza, tulikutana na rafiki yangu Yusufu Marsha nikamchekesha kwamba namshukuru kwa kunipeleka kushikana mkono na kiongozi wa baadaye wa nchi yetu Mwalimu Julius K. Nyerere ambapo kama siyo yeye kunipeleka kwake, nisingepata bahati hiyo ya kipekee ya kuonana naye ana kwa ana wakati huo wa utawala wa kikoloni. Sababu ya tatu ya kuandika juu ya tukio hilo ni kuonyesha jinsi chama cha TANU kilivyokuwa kimejiwekea mipango na utaratibu wa kutambua wapelelezi toka serikali waliotaka taarifa kuhusu chama hicho na rais wake ambaye alilindwa pia wakati huo na TANU Youth League na wanachama waaminifu katika mikutano ya hadhara kufuatana na utaratibu waliojiwekea.

Tukio jingine la namna hiyo lilikuwa Januari 1958 pale mkereketwa mwingine wa TANU huko Mwanza, Benedict Bamwenda, akiwa wakati huo mfanyakazi ngazi ya juu kwa mhindi tajiri C.K. Patel, aliponishika mkono nikiwa stesheni ya treni Mwanza. Baadhi ya abiria wa treni hiyo walikuwa ni wajumbe waliokuwa wakienda kuhudhuria kikao muhimu cha TANU, Tabora. Kikao hcho ndicho kilichotoa tamko kuwa endapo serikali ya kikoloni haitachukua hatua kuhakikisha Tanganyika inapewa uhuru bila kuchelewa, TANU ingehamasisha wananchi wote wagome nchi` nzima. Tamko hili lilipewa kauli mbiu ya *"Positive Action."* Benedict Bamwenda alinipeleka hadi lilipokuwa behewa la wajumbe hao toka Kanda ya Ziwa, akawatangazia kwa sauti ya juu kuwa nilikuwa natoka *Special Branch* na nilikuwa hapo stesheni kutambua wajumbe waliokuwa wanakwenda kuhudhuria kikao cha TANU cha mwaka, Tabora.

Kikao hicho kilikuwa kimefanyika kupinga pendekezo la serikali ya kikoloni kuwa chama cha TANU kikubali mpango wa kila mpiga kura apigie watu watatu Mzungu, Mhindi na Mwafrika, kushindana na chama kingine cha siasa cha *United Tanganyika Party* (UTP) kilichokuwa cha Wazungu na matajiri kwa madhumuni ya kuchelewesha uhuru wa Tanganyika. Mwalimu Nyerere alishauri TANU ikubali utaratibu wa kura tatu na kufanya UTP kushindwa vibaya sana katika uchaguzi mkuu uliofuata, TANU ikapata wajumbe wengi katika Baraza la kutunga sheria *(Legico).*

Mwalimu Julius K. Nyerere pamoja na wanasiasa wenzake miaka ya 1950 na 1960 kabla ya uhuru, walipata shida kubwa sana kushawishi wananchi wa Tanganyika kujiunga na TANU kwa sababu enzi zile hakukuwa na vyombo vya mawasiiano kama ilivyo sasa kuwezesha kampeni za kuhamasisha watu. Magazeti yalikuwa machache pia na wasomi hawakuwa wengi miaka ya 1950/1960. Kituo cha radio cha kurushia matangazo cha Dar es Salaam kilimilikiwa na serikali ya kikoloni, hivyo taarifa zilizosikika kwa wachache wenye radio zilichujwa sana zisiwe na mambo ya kisiasa toka TANU.

Kwa hiyo kazi ya kuwaelimisha wananchi kwa njia ya mikutano ya hadhara kuhusu masuala ya kisiasa na faida ya kujitawala, ilikuwa ngumu sana iliyohitaji Mwalimu Nyerere na wenzake kujitolea kusafiri kwa shida umbali mrefu na kwa njia mbaya vijijini na mijini wakati mwingine kwa miguu kuwafikia wananchi mahali walipo. Aidha wananchi nao wakati mwingine waliogopa kuhudhuria mikutano hiyo kwa hofu ya uwezekano wa kukamatwa na vyombo vya serikali ya kikoloni hata kama mikutano hiyo kwa bahati ilipewa vibali.

Kuandaliwa kwa ulinzi wa Rais kabla ya uhuru

Upo usemi kuwa hapa duniani binadamu ana siku tatu muhimu. Siku ya kuzaliwa, siku ya kuoa au kuolewa, ambazo akiwa na uwezo na muda huzikumbuka kwa kufanya sherehe. Siku ya tatu ni ile anapofikwa na mauti na kuacha familia yake, ndugu, jamaa na rafiki zake. Wakati wa uhai wake anaweza kuhadithia au kuandika kitabu kuhusu maisha yake katika kazi na matukio mengine muhimu ili iwe njia ya kufahamisha watu wengine ndani na nje ya taifa lake matukio hayo. Namshukuru Mwenyezi Mungu kwa kunilinda kuwa hai hadi sasa na kuniwezesha kupata wazo na muda wa kuandika kitabu hiki.

Harakati za kisiasa za Mwalimu Nyerere pamoja na wenzake katika chama cha Tanganyika African National Union (TANU) zilizofanikisha kuung'oa ukoloni na nchi yetu kuwa huru, zilikuwa muhimu sana katika maisha yangu na ya wengine pia. Kabla ya kuandika yale ninayotaka kueleza katika kitabu hiki pana haja ya kujitambulisha; mimi ni nani, nilikuja lini katika dunia hii, makuzi yangu, elimu yangu, kazi yangu, na njia nyingi na ndefu nilizopitia wakati wa utumishi wangu katika Jeshi la Polisi. Nilianzia ngazi ya chini kama askari wa kawaida asiye na cheo (*Constable*) mwaka 1950, na hatimae bila kutegemea au kuomba, nikajikuta nachaguliwa na jeshi hilo chini ya serikali ya kikoloni, Agosti 1961, kuwa ofisa mwananchi wa kwanza nchini Tanganyika kuongoza kitengo maalum kilichoanzishwa cha kumlinda Waziri Mkuu wa kwanza, Mwalimu Nyerere. Sikutarajia hata kidogo kufanya kazi hiyo ikizingatiwa kuwa walikuwapo pia maofisa wengi wa cheo kama changu au kunipita katika Jeshi la Polisi ambalo awali muundo wake haukuwa na kitengo hicho. Hii ilikuwa kabla ya Tanganyika kupata uhuru, tarehe 9 Desemba,

1961. Kitengo hicho kilikuwa chini ya *Special Branch* kabla haijavunjwa mwaka 1963 na kuundwa kwa Idara mpya ya Usalama wa Taifa, mimi na baadhi ya maofisa wengine tukahamishiwa huko pamoja na kitengo hicho. Kutoka wakati huo mpaka mwaka 1973 yalipofanyika mabadiliko ya kwanza ya uongozi katika Idara ya Usalama wa Taifa, kazi yangu ilikuwa kuongoza kikosi hicho maalum cha ulinzi wa viongozi wa nchi wa kwanza na wengine kutoka nje ya Tanzania.

Dalili za kuonyesha kuwa nilikuwa naandaliwa na serikali ya kikoloni ili baadaye nifanye kazi hii nilizihisi mwaka 1959 wakati nafanyiwa usaili na Kamishna wa Polisi Mzungu, Bwana Geoffrey Wilson, nikiwa mtumishi katika Polisi, tawi la *Special Branch,* Mwanza. Wakati huo nilikuwa Inspekta Mwandamizi wa Polisi *(Senior Inspector).* Hadi hapo nilikuwa nimeshalitumikia jeshi kwa miaka tisa toka nilipoajiriwa mwaka wa 1950. Maswali mengi yalikuwa ya kisiasa kuhusu chama cha TANU na Mwalimu Julius Nyerere aliyekuwa akikiongoza na niliyajibu bila woga. Matokeo yake Kamishna akapendekeza kuwa mwaka uliofuata wa 1960 niende kozi Uingereza katika Chuo cha *Metropolitan Police Training* College, Hendon, London. Niliporudi kutoka Uingereza ndipo nikachaguliwa kufanya kazi hii ya ulinzi mwezi Agosti mwaka 1961. Miaka ya 1940 kabla sijajiunga na jeshi la polisi mwaka 1950 nilisomea ualimu Chuo cha Ualimu Pasiansi, Mwanza, lakini nikakatisha masomo hayo mwaka 1948 ili kujiunga na Jeshi la Polisi. Nilipokuwa bado kujiunga na chuo hicho mwanafunzi mwenzangu na rafiki yangu katika shule ya Native Administation School Bwiru, Ramadhani Marwa alinieleza habari za mtoto wa Chifu Nyerere Burito wa Zanaki aliyeitwa Kambarage ambaye alisifiwa kwa akili sana darasani. Aliniambia kuwa Kambarage alikuwa anasoma shule ya Msingi Mwisenge, Musoma. Mkuu wangu wa kazi katika *Special Branch*, Mwanza, Bwana Norman Brend naye pia alipata kunipa maoni yake kuhusu Kambarage akisema kuwa alikuwa na akili sana. Mimi pia nilikuja kutambua hilo baada ya kusikiliza hotuba zake akiwa bado Rais wa TANU na baada ya kuanza kumlinda katika siku za mwisho za ukoloni.

Sikujua nasailiwa kama mlinzi mtarajiwa wa Rais

Mwaka 1959 Kamishna wa Polisi Bwana Geoffrey Wilson alikuja Mwanza, na moja ya shughuli zake ilikuwa kuwafanyia usaili mainspekta waliopendekezwa na wakubwa wao wa kazi. Nilikuwa sijaarifiwa kwamba nimependekezwa na mkubwa wangu wa kazi Bwana W.P. Mathieson kufanyiwa usaili. Kamishna Wilson akiwa mwenyekiti wa Jopo la Maofisa Wazungu watupu aliniuliza maswali ya kikazi na kisiasa. Alitaka kujua iwapo nilimfahamu Mwalimu Nyerere, nikamjibu kuwa nilimfahamu kuwa ni kiongozi wa chama cha siasa cha Tanganyika African National Union (TANU). Alihoji kama nilimpenda, nikamjibu ndiyo kwa sababu Mwalimu Nyerere alikuwa binadamu kama sisi. Alitaka pia kujua kama nilikuwa mwanachama wa chama hicho cha TANU, nikasema sikuwa mwanachama kwa vile hatukuruhusiwa kujiunga na chama cha siasa. Alitaka kujua pia kama ningeweza kazi nikitolewa na kupelekwa Idara ya Unifomu na kupewa kuongoza Wilaya. Nilijibu kuwa ningeweza. Kamishna aliendelea na maswali yake akataka kufahamu kama nilikuwa na mke, na kwamba ningepata wapi daktari wa kumsaidia wakati wa kujifungua akipata ujauzito iwapo madaktari Wazungu watarudi kwao Tanganyika ikipata uhuru. Nilijibu kuwa serikali mpya chini ya TANU itafundisha madaktari kwa kazi kama hizo na nyingine. Baada ya kutoa jibu hilo kwa kamishna na jopo lake la wazungu aliniambia nitoke juu ya kiti nikae chini juu ya zulia katika chumba cha usaili. Nilikataa kukaa chini na nikahoji kama huo ulikuwa usaili wa kawaida au ni hatua ya kutaka kunidhalilisha mbele ya jopo hilo nikiwa Inspekta Mwandamizi wa Polisi. Nilimweleza kwamba hata kama ningekuwa niko mbele yao kwa kosa lolote la kinidhamu kunikalisha chini haikuwa moja ya adhabu kwa ofisa wa cheo changu au mwingine katika Jeshi hilo. Jopo zima pamoja na yeye walicheka; akaniruhusu kutoka. Nilipowaeleza maofisa wenzangu waliokuwa wakingoja usaili kabla ya kuitwa kuhusu maswali na majibu niliyotoa baadhi waliniambia kuwa kwa majibu hayo mbele ya kamishna wa Polisi na jopo lake nilikuwa nimejifukuzisha kazi. Niliwajibu kuwa swali la kisiasa hujibiwa kisiasa na kwamba kujibu kinyume na hivyo ilikuwa dalili ya woga na kutojiamini kwa upande wa yule aliyeulizwa maswali. Wapo waliosema kwa Kiingereza kuwa *"You have cooked your goose,"* nikasema potelea mbali kama nitafukuzwa kazi.

Baadae Bwana Mathieson ambaye hakuwa miongoni mwa wale waliokuwa kwenye jopo alinifahamisha ofisini kwake kwamba kamishna alifurahishwa sana na majibu yangu ambayo nilitoa kwa kujiamini bila hofu wala woga mbele ya jopo hivyo Kamishna alipendekeza nifanyiwe mipango ya kupata *passport* ili mwaka uliofuata wa 1960 nipelekwe Uingereza kusoma. Kama nilivyosema huko nyuma sikuzaliwa katika hospitalil tarehe tarehe 4 Machi 1929 hivyo sikuwa na cheti cha kuzaliwa na bila hicho kupatikana nisingepewa *passport* ya kuniwezesha kusafiri toka Tanganyika hadi London, Uingereza. Niliruhusiwa na Bwana Mathieson niende nyumbani kwetu kumweleza baba tufuatane hadi kwa Mkuu wa Wilaya wa Ukerewe, Bwana Burton, baba akaape mbele yake ili tupewe hati ya kiapo *(Affidavit)* itakayotuwezesha kupata cheti changu cha kuzaliwa. Tarehe 5 Machi 1960 baba aliapa mbele ya mkuu huyo wa wilaya Bwana Burton wakati huo akiwa kama hakimu. Tarehe 7 Machi 1960 nilipewa cheti cha kuzaliwa No. 19749 nikiwa na umri wa miaka 31. Nilihamishiwa Musoma toka Mwanza kuanzia tarehe 4 Januari 1960 baada ya usaili wa Kamishna Wilison kusudi niwe kwa muda mfupi chini ya ofisa mwingine Bwana Amri Kweyamba nipate uzoefu wa kuongoza kazi za ofisini ili nirudipo toka kwenye masomo Uingereza nisipate shida. Bwana Amri Kweyamba alitakiwa arudi Mwanza nikirudi toka kusoma Uingereza. Nilipewa *passport* ya Uingereza No.74615.

Kwenda kusoma Uingereza

Nilitoka Musoma tarehe 1 Aprili 1960 na ndege aina ya Dakota ya Shirika la ndege la Afrika Mashariki *(East African Airways)* kutoka Musoma kupitia Entebbe, Uganda hadi Nairobi ambako nililala Ainsworth Hotel hadi kesho yake tarehe 2 Aprili 1960, nilipopanda ndege ya Shirika la Ndege la Uingereza *(British Overseas Airways Corporation* (BOAC) aina ya Brittania kuelekea London. Tuliwasili London asubuhi tarehe 3 Aprili 1960. Kabla ya hapo mwaka 1957 nilikuwa nimeshasafiri kikazi kwa ndege kutoka Mwanza hadi Musoma na kurudi. Nilipokelewa uwanja wa ndege na maofisa wa *Crown Agents* ambao tayari walikuwa na jina langu kutoka Dar es Salaam. Walinielekeza mahali pa kwenda, Colonial Office, Church House, Great Smith Street, London S.W.I. Hapo ndipo kwa mara yangu ya kwanza nilimwona askari polisi wa kike. Mahali pa kukusanyika kwa maofisa wote toka makoloni ya Uingereza baada ya kuwasili London kwa mafunzo hayo palikuwa ni hapo *Church House,* na ndipo nilipokutana na kufahamiana kwa mara ya kwanza na Bwana Lawrence M. Gama kutoka Jeshi la Polisi, Idara ya Unifomu, Bukoba, Tanganyika mimi nikitoka *Special Branch,* Musoma. Kabla ya kumaliza masomo ambayo tulipelekwa kufanya kazi kwa muda mfupi *(attachment)* New Scotland Yard, River Thames Police, Southampton Police, na Chichester West Sussex Constabulary. Nikiwa bado Uingereza nilipokea taarifa kwa njia ya telegram kutoka Makao Makuu ya Polisi Dar es Salaam kuwa nilikuwa nimepandishwa cheo kwa kurushwa ngazi ya *Chief Inspector* kutoka Inspekta Mwandamizi kuwa Mrakibu Msaidizi wa Polisi, kuanzia tarehe 1 Julai 1960. Taarifa hii ilitangazwa katika *Force Order* No. 32/60.

Kurudi kutoka Uingereza

Tarehe 22 Agosti 1960, mimi na Gama tulipanda ndege usiku Namba ya safari EC 601 toka uwanja wa London kurejea nyumbani tukiwa siyo tu na furaha ya kurudi makwetu lakini pia kwa vile tulifanya vizuri katika mafunzo. Baada ya kuwa angani kama dakika ishirini na tano hivi, ghafla injini moja ya ndege hiyo ikapata hitilafu na kuacha kufanya kazi ikabaki moja tu. Nyakati hizo ndege kubwa za kubeba abiria na kusafiri umbali mrefu kama vile kati ya London hadi Nairobi nyingi zilikuwa zinatumia mapanga *(propellers)* ndege aina ya jet wakati ule zilikuwa haziji huku kwetu. Rubani wa ndege ile na wahadumu walituomba abiria tuwe watulivu kwa sababu ndege ilikuwa inageuza kurudi kwenye uwanja wa London. Walikuwa na hakika kuwa tutatua salama. Kweli tulitua salama uwanja ule tulipoondokea awali ingawa hapo uwanjani wahusika na masuala ya dharura walikuwa tayari iwapo ndege ingepata matatizo wakati wa kutua. Wapo abiria ambao hawakutaka kusafiri tena na ndege hiyo baada ya matengenezo lakini sisi ambao tulikwishaaga huko chuoni hatukuwa na njia nyingne bali kusafiri na ndege hiyo hiyo baada ya kupewa chakula cha usiku hapo uwanjani.

Kutokana na matatizo hayo ndege ilichelewa kufika mapema Entebbe Uganda tarehe 23 Agosti 1960, nikakuta ndege ndogo aina ya Dakota ambayo ingenichukua toka Entebbe hadi Musoma imeondoka. Nilipata ndege nyingine toka Entebbe hadi Nairobi ambako nililala hadi tarehe 26 Agosti 1960. Nilimpelekea Amri Kweyamba telegramu kumfahamisha mabadiliko ya safari yangu ili yeye na familia yangu wafahamu mabadiliko hayo. Nilipowasili uwanja wa ndege wa Musoma tarehe 26 Agosti 1960 Amri Kweyamba ambaye si muda mrefu kabla ya hapo naye alikuwa pia Uingereza kwenye mafunzo, alikuja kunipokea pamoja na mke wangu Margreth Buzuka akiwa na mtoto wetu wa kwanza Albert. Bwana Amri Kweyamba ambaye sasa ni marehemu, alinikabidhi kazi nikawa Mkuu wa Wilaya za Musoma, Tarime na Ukerewe. Maofisa niliofanya nao kazi chini yangu ni Joseph Mangasa Kiroche, Josephat Mniko, Sajini Chacha na Dreva Zacharia ambao wote walikuwa wanafanya kazi zao vizuri na kwa nidhamu iliyotakiwa.

Napelekwa *Government House* (Ikulu)

Niliachana na maofisa niliotaja hapo juu mwezi Agosti 1961, wakati nahamishiwa Dar es Salaam ambako niliambiwa na mkubwa wangu wa kazi Mwanza kuwa nakwenda kufanya kazi maalum. Nilipowasili Dar es Salaam nilipewa nyumba ya serikali huko Ukonga karibu na magereza. Tokana na umbali mrefu kuja mjini nilipatiwa nyumba nyingine ya gredi yangu sehemu za Upanga karibu na Barabara la Umoja wa Mataifa, kabla ya kuhamia katika nyumba yangu binafsi niliyojenga Kurasini mwaka 1966 kwa fedha za mfuko wa serikali wa kukopesha wafanyakazi ulioanzishwa na serikali ya Mwalimu Nyerere katika miaka ya 1960. Mfuko huu ulijulikana kama *Civil Servant Revolving Housing Loan Fund*. Hii ilikuwa kabla ya kuanzishwa kwa Benki ya nyumba.

Siku chache baada ya kuwasili Dar es Salaam toka Musoma kwa njia ya treni daraja la kwanza ama ni Bwana Tim Hardy, mmoja wa maofisa Wazungu, Makao Makuu ya Dar es Salaam au Bwana Livingstone Lubega, mwenye asili ya Uganda, aliyenipeleka *Government House* (sasa Ikulu). Bwana Lubega alikuwa ameshikilia kazi hii kwa muda mfupi wakati mimi niko Uingereza nikisoma. Katibu Mkuu *(Permanent Secretary)* wa Gavana wa mwisho Mwingereza kuitawala Tanganyika alikuwa Bwana Meek. Katibu Muhtasi wa Mwalimu Nyerere akiwa Waziri Mkuu wakati huo alikuwa binti wa kiingereza jina lake Miss Lyn Minton. Kutokana na taratibu zilizowekwa nilipelekwa kwake kwanza naye akanipeleka kwa Waziri Mkuu. Mwalimu Nyerere hakuniuliza kabila langu au dini yangu. Alichosema yeye ni kwamba hakufahamu kama angepewa ulinzi mzito wa namna hiyo. Hapo *Government House* nilikutana na Bwana Clifford aliyekuwa mpambe (ADC) wa Gavana Sir Richard Gordon Turnbull, gavana wa mwisho wa kikoloni Tanaganyika. Mwezi Agosti 1961 takribani miezi minne kabla ya uhuru ndio ulikuwa mwanzo wangu wa kumlinda Mwalimu Nyerere. Wakati huo nilikuwa bado sijapata mafunzo rasmi kuhusu mbinu za kulinda viongozi wa nchi na watu wengine mashuhuri kwa sababu katika chuo cha *Metropolitan Police Training College* tulifundishwa kazi za Polisi kwa ujumla, kama maofisa toka nchi zilizokuwa bado makoloni ya Uingereza.

Kuanzishwa kwa utaratibu wa kulinda viongozi

Tanganyika ilipata serikali ya madaraka ya ndani tarehe 3 Septemba 1960, wakati huo mimi bado nikiwa masomoni Uingereza. Baada ya TANU kushinda katika uchaguzi na kupata idadi kubwa ya wajumbe katika Baraza la Kutunga Sheria *(Legico)* Mwalimu Nyerere aliteuliwa na Gavana kushika wadhifa wa Waziri Kiongozi *(Chief Minister)*. Special Branch wakati huo ilikuwa chini ya Jeshi la Polisi. Idara hii ilianzisha kitengo maalumu kulinda Waziri Kiongozi, ambaye tarehe 1 May 1961 hadhi yake ilipanda baada ya kuapishwa kuwa Waziri Mkuu kufuatia Tanganyika kupewa serikali ya mambo ya ndani *(Internal Self Government)* kabla ya uhuru kamili. Tanganyika ilipokuwa Jamuhuri tarehe 9 Desemba 1962, Waziri Mkuu wa Kwanza Mwalimu Nyerere aliteuliwa na kuapishwa kuwa Rais wa Kwanza wa Jamhuri ya Tanganyika na Rashid Mfaume Kawawa akateuliwa tena kuwa Waziri Mkuu kama ilivyokuwa Mwalimu Nyerere alipojiuzulu uwaziri mkuu Tarehe 22 Januari 1962. Tarehe 26 Aprili

1964, Jamhuri ya Muungano wa Tanganyika na Zanzibar ilipozaliwa, na hatimaye kuitwa Jamuhuri ya Muungano wa Tanzania kitengo hiki cha kulinda viongozi kilikuwa chini ya Idara ya Usalama wa Taifa. Jukumu lake lilikuwa kuwalinda viongozi wote wa Jamhuri ya Muungano, yaani Rais wa Jamhuri ya Muungano, Mwalimu Nyerere, Rais wa Kwanza wa Serikali ya Mapinduzi Zanzibar aliyekuwa pia Makamu wa Kwanza wa Rais wa Jamhuri ya Muungano, Sheikh Abeid Amani Karume alipokuwa akija Tanzania Bara; na Waziri Mkuu na Makamu wa Pili wa Rais wa Jamhuri ya Muungano wa Tanzania, Rashid Mfaume Kawawa.

Kwa vile kitengo hiki kilianzishwa wakati nikiwa kwenye mafunzo Uingereza afisa mwingine, Livingstone Lubega toka Uganda alishikilia kwa muda uongozi wa kitengo hiki mpaka niliporudi akanikabidhi kazi mwezi Agosti 1961. Lubega hakuwa raia wa Tanganyika na alikuwa pia hajapewa mafunzo rasmi kuhusu kazi hii.

Siku ya uhuru

Siku ya uhuru tarehe 9 Desemba 1961 nilikuwa karibu sana na Waziri Mkuu. Nilikuwa katika gari moja na yeye ambalo lilitambulika kama *Independence* 'I' mbele na nyuma penye nafasi ya namba za usajili likiendeshwa na aliyekuwa dereva wake wa siku nyingi Said Kamtawa ambaye naye sasa ni marehemu. Niliketi mbele na dereva, Mwalimu Nyerere akiwa amekaa nyuma na gari likiwa wazi juu. Wakati wa kuteremsha bendera ya aliyekuwa mtawala, ijulikanayo kama *Union Jack* toka kwenye mlingoti na kupandishwa kwa mara ya kwanza kwa bendera ya Taifa jipya la Tanganyika, lilikuwa jambo la furaha kubwa kwetu mbele ya wawakilishi wakuu wa Malkia wa Uingereza; mumewe Prince Philip, Gavana wa mwisho Sir Richard Gordon Turnbull, na mkewe Lady Turnbull na wengine, lakini kwao lilikuwa jambo la huzuni. Nyimbo za mataifa yote mawili – *God Save Our Gracious Queen* na Mungu Ibariki Afrika ziliipigwa mmoja baada ya mwingine, wimbo wa taifa letu ukipigwa kwa mara ya kwanza. Usiku uleule na saa ileile ndipo pia ofisa wa jeshi Capt. Alexander Gwebe Nyirenda alikuwa juu ya kilele cha Mlima Kilimanjaro, alisimika bendera ya Taifa jipya la Tanganyika na mwenge wa uhuru ili umulike hadi nje ya mipaka yetu kuleta matumaini mahali penye kukata tamaa na upendo mahali penye chuki na heshima badala ya dharau. Mipango ilikwenda kama ilivyopangwa sherehe zikamalizika salama.

Kumlinda Mwalimu Nyerere na Kumuelewa Zaidi

Nilianza kuelewa zaidi kuanzia mwezi wa Agosti mwaka 1961 kwamba Mwalimu alikuwa na uwezo mkubwa kiakili na siyo kwa kutokana na taaluma yake ya awali, yaani ualimu wa kufundisha darasani kabla ya kuingia katika masuala ya kisiasa, bali pia kwamba alikuwa na busara sana na uwezo wa kufafanua vizuri mambo makubwa na magumu; ya kisiasa na mengine kwa ufasaha wa hali ya juu, wa kumwezesha kueleweka kwa wananchi wa kawaida ndani na nje ya Tanaganyika. Alikuwa na kipaji cha ajabu cha kueleza mambo. Kutokana na uwezo wake huo, hotuba zake katika mikutano na vikao alivyohudhuria nchi za nje ziliwavutia watu wengi. Wajumbe katika mikutano na vikao hivyo mara nyingi waliomba wapewe nakala za hotuba zake hasa vikao vya nchi za Umoja wa Afrika (OAU)) na nchi wanachama wa Jumuiya ya Madola. Alikuwa na uwezo mkubwa wa kushawishi jambo lifanyike kwa maslahi ya wengi. Kiwango chake cha akili na uwezo wa kufahamu mambo mbalimbali kilikuwa cha juu sana.

Alitaka ulinzi wake usiathiri maisha yake ya kisiasa aliyopewa na wananchi kwa kumpigia kura; akieleza kuwa maisha yake ya kisiasa yakiathirika kutokana na ulinzi wake unaofanana na kuchungwa asichanganyike na watu angejikuta ametengwa na wananchi na asingekuwa rais tena.

Kwa hiyo alitaka ulinzi wa maisha yake aliyopewa na Mungu na yale ya kisiasa, yawe na uwiano sawa. Hakutaka ule uhai wa kwanza upewe kipaumbele zaidi. Huo ulikuwa mtihani mkubwa kwetu walinzi; hata hivyo tulitekeleza matakwa yake hayo bila kuathiri mfumo imara wa ulinzi wake.

Hakutaka katika msafara wake pawe na magari mengi na ving'ora ila wakiwapo wageni; akisema kuwa mosi, msafara wake siyo kikosi cha zimamoto; pili kwamba binafsi hakuona kuwa kuwapo kwa ving'ora katika msafara ni hatua au mbinu nzuri za ulinzi. Ving'ora vilikuwa vinawapa taarifa wasiohusika kuwa "hao wanapita barabarani" au mtaa fulani; tatu king'ora kinashtusha watumiaji wengine wa barabara kiasi cha kuwepo uwezekano wa kusababisha ajali; na nne ni kuwa huo ulikuwa usumbufu kwa watu wenye magari na haki ya kuyatumia barabarani ili wawahi waendako, kama ghafla wanasimamishwa mpaka msafara wa rais upite. Alikubali msafara wake barabarani uwe na ving'ora iwapo alikuwa na viongozi wenzake toka nje ya Tanzania. Hata hivyo huo ulikuwa ni wakati wa magari machache, siyo Dar es Salaam tu bali hata katika miji ya mikoa. Kwa wakati huu wa magari mengi jijini Dar es Salaam mbinu nyingine huenda zimebuniwa na wahusika waliopo kuimarisha hatua za ulinzi wa viongozi wetu wa nchi wa sasa na wajao.

Mwalimu Nyerere alikuwa mkweli. Kama hakufahamu jambo aliuliza bila kujifanya kuwa analifahamu. Aliomba yule anayelifahamu alielezee badala yake anapokuwa katika vikao au mikutano ya chama chake hapa nchini.

Alikuwa hataki majungu. Aliyempelekea taarifa zisizo na ukweli bali ni zile za "inadaiwa, inasemekana, pana uvumi", hakuzikubali, akihitaji "ukweli (facts)" siyo "uvumi, (hearsay)"

Alieleza kuwa taarifa za aina hiyo akizifanyia kazi zikibainika baadae kuwa si za kweli yeye ndiye angebeba lawama, siyo yule aliyempelekea majungu hayo.

Alipenda kufanya kazi kama mtu wa kawaida. Tulifyatua naye matofali ya matope huko kijiji cha Chamwino, Dodoma, mwaka 1972 wakati wa hatua za kwanza za kampeni ya kuhamishia watu vijijini. Aliishi na sisi katika kambi ya mahema takribani mwezi mmoja.

Alipokuwa kwake Butiama kwa ajili ya mapumziko ya Kristmas tulikuwa tunalima pamoja naye shambani kwake kwa kutumia majembe ya mkono kabla ya kufundisha ng'ombe wa kukokota majembe au kununua trekta. Kama ni msimu wa kuvuna mazao shambani kama maharage, tulivuna pamoja naye mpaka tunapokwenda nyumbani kula na kupumzika.

Alikula pamoja na watu wa kawaida hata sisi tuliokuwa walinzi wake, tulipokuwa pamoja safari za hapa hapa nchini au nyumbani kwake

Butiama. Aliuliza kama tumekula na kupata mahali pa kulala tukiwa safari za hapa petu. Alisema mtu hawezi kufanya kazi vizuri akiwa na njaa.

Alikuwa mara kwa mara anaonya apatapo nafasi kuwa yeye angependa kuona watu watokao mkoa mmoja na yeye wasijiingize katika vitendo vibaya, kinyume cha hapo angewaachisha kazi mara moja sio kuwavumilia hata kidogo kwa sababu asipowachukulia hatua zinazofaa, hii ingeonekana kuwa anawapendelea. Hata miradi ya maendeleo alikuwa hataki yeye ndiye ashauri ni miradi au miundo mbinu ipi ianzishwe katika mkoa wake wa Mara kwa maelezo kuwa vipo vyombo vya serikali pamoja na wabunge kwa kazi kama hiyo.

Ulinzi wa Mwalimu Nyerere kwa ujumla haukuwa rahisi, ikilinganishwa na ulinzi wa viongozi wengine, kwa sababu alijiamini kuhusu maisha yake ya kisiasa kiasi cha kutokuwa na wasiwasi. Msingi mkubwa wa kujiamini kuhusu usalama wake wa maisha aliyopewa na Mungu na yale ya kisiasa ulitokana na jinsi mwenyewe alivyoishi. Mwalimu Nyerere alijijengea msingi wa kuwapenda watu wa aina zote na kutaka kuchanganyika au kukutana nao bila wasiwasi. Katika hali hii watu walimpenda. Suala la usawa wa binadamu, bila kujali rangi ya ngozi zao au mahali pao pa asili watokako na kwamba binadamu wote ni ndugu, kwake mambo haya hayakuwa tu baadhi ya sera za chama chake alichokiongoza, TANU, na baadae Chama cha Mapinduzi (CCM), lakini pia yeye alihakikisha kuwa sera hizo zinatekelezwa kwa vitendo. Kutokana na kujiamini kwake kwa sababu hizi hakutaka ulinzi wake uwe mkubwa hapa nchini kwani alifahamu kuwa ulinzi wa namna hiyo ungemtenga na wananchi ambao walikuwa wanamheshimu, wanampenda na ndio pia waliokuwa wanamchagua kushika madaraka hayo ya kisiasa kuongoza nchi. Alielewa kuwa kujitenga kwake mbali na wananchi hatua ambayo ingekuwa ni matokeo ya kuwa na ulinzi mkubwa, ni kitu ambacho kingemfanya wananchi wamchukie hatimaye kusababisha maisha yake ya kisiasa kudhurika, kwa sababu angejenga mpaka kati yake na wananchi. Hata nyumbani kwake alipoishi hakutaka ulinzi mkubwa. Kama nilivyosema awali, katika msafara wa magari hapa Tanzania wakati hana kiongozi wa nchi mgeni, hakutaka magari mengi katika barabara za msafara wake yasimamishwe na askari wa Usalama Barabarani au msafara wake kupiga ving'ora. Alisema watu wenye magari hulipia kuendesha magari yao barabarani, hivyo wana haki ya kutumia barabara bila kusumbuliwa na kusimamishwa ili msafara wa rais wa nchi upite.

Mwalimu Nyerere alipunguza idadi ya magari katika msafara wake anapokuwa peke yake hapa nchini kama hana mgeni, idadi hiyo ni pamoja na magari ya ulinzi. Alipokataa ving'ora alitoa sababu kuwa msafara wake haukuwa magari ya kikosi cha zimamoto na kukosoa kuwa iwapo ving'ora vilikuwa ni sehemu ya ulinzi na siyo mbembwe tu kwa maoni yake ving'ora katika msafara vinakaribisha mambo mengi. Tulikubaliana naye kuwa ving'ora vina athari zake katika msafara, tukaacha kuvitumia katika msafara wake, mpaka inapokuwa lazima. Katika siasa ya chama kimoja cha TANU na baadae CCM, kulikuwa na wanachama pamoja na viongozi wa chama hicho waasisi waliopenda chama chao sana hivyo katika chama pasingekuwapo viongozi au wanachama wengi ambao baadhi wangekuwa mbwa mwitu waliovaa ngozi za kondoo au ndumila kuwili. Wafanyakazi katika vyombo muhimu vya dola, Jeshi la Polisi, Jeshi la Wananchi (JWT) Magereza, idara zote za serikali na katika mashirika ya umma, baadaye waliruhusiwa kujiunga na chama hicho cha pekee cha kisiasa. Katika mtandao huo mkubwa wa kisiasa chini ya chama kimoja, ilikuwa vigumu sana mtu mwenye nia mbaya ndani au nje ya chama kuandaa mipango mibaya dhidi ya uongozi wa ngazi ya juu katika serikali bila mipango hiyo kujulikana mapema na wahusika kuchukuliwa hatua.

Mwalimu Nyerere alijiamini na kutegemea vyombo vyake vya dola vyenye kuhusika na mambo ya ulinzi na usalama kwa sababu vilikuwa na viongozi shupavu, wakweli, waaminifu na waadilifu sana waliofanya kazi kwa nguvu na maarifa wakitumia uzoefu wao walioupata wakati wa utawala wa kikoloni. Viongozi hao hawakutaka kushindwa kazi au madaraka waliyopewa baada ya kukabidhiwa kuyashika toka kwa wakoloni. Vyombo hivyo vya dola, viongozi wake wa juu walikuwa na mahusiano mazuri ya kikazi miongoni mwao, kwa hiyo waliwasiliana mara kwa mara kuzungumzia matatizo na kujadili jinsi ya kuyatatua kwa pamoja kwa manufaa ya taifa. Mwalimu Nyerere alikuwa na kipaji kikubwa cha kueleza jambo, na aliweza kuchambua vyema mambo ya kitaifa na kimataifa na kuyaeleza kwa wananchi katika njia nyepesi iliyoeleweka kwa wengi. Wananchi walimwelewa haraka alipoeleza jambo lolote lililogusa maisha yao au taifa kwa jumla.

Walinzi hao walichaguliwa kwa makini sana kutoka Idara ya *Special Branch* iliyokuwa tawi la polisi kabla ya uhuru; baadhi ya polisi wavaa sare nao waliajiriwa na vijana kutoka TANU Youth League na Jeshi la Kujenga Taifa (JKT). Hawa walifundishwa kazi hii wakapita mitihani migumu waliyopewa. Mafunzo yao hayakuwa ya kubabaisha tu ili mradi wapate ajira hiyo yenye sifa nzuri. Asiyefaa alitolewa na kupewa kazi iliyoonekana anaiweza, au kutolewa kabisa. Mwalimu Nyerere alifahamu wazi kuwa ujasiri na kujiamini kwake viliwapa walinzi wake shida katika kutekeleza kazi yao ilivyotakiwa, ingawa hilo hakutaka kulionyesha au kulisema wazi. Lakini siku za baadae lilipotokea tukio baya lililohusu kudhurika kwa maisha ya kiongozi wa nchi au serikali aliyemfahamu na madhara hayo yakiwa yametokana na sababu za kisiasa, alionyesha wazi kwa kauli yake ambayo kwa mtu asiyemfahamu vema na kumzoea, asingeweza kujua kwamba maelezo hayo anayotoa yanalenga wapi hasa.

Kwa mfano katikati ya mwaka 1969 Tom Mboya alipouawa kwa kupigwa risasi mjini Nairobi, Mwalimu Nyerere, aliniita nyumbani kwake Msasani akaniuliza kama nilikuwa nimepata habari kuhusu tukio hilo baya nchini Kenya. Niliposema ndiyo, alisema aliuliza kwa kutaka kujua tu kama nilikuwa nafahamu. Baada ya kusema hayo aliniruhusu kuondoka.

Mfano mwingine kama huo ni tarehe 7 Aprili 1972 aliponiita tena nyumbani kwake Msasani akitaka kujua iwapo nilikuwa nimepata habari kuhusu kupigwa risasi na kufa kwa aliyekuwa Rais wa Kwanza wa Serikali ya Mapinduzi, Zanzibar, na Makamu wa Kwanza wa Rais wa Jamhuri ya Muungano wa Tanzania, Abeid Amani Karume katika jengo la Makao Makuu ya Chama cha *Afro Shirazi Party* (ASP). Nilimfahamisha kuwa nilikuwa na taarifa hizo isipokuwa kisa cha mauaji hayo ndicho sikufahamu. Alinieleza kwa kirefu na baada ya hapo akaniruhusu kuondoka. Kwa kuzingatia kuwa kifo cha kiongozi huyu wa ngazi ya pili katika Tanzania kilitokea siku chache tu baada ya Mwalimu Nyerere kuniita Msasani akiwa na hasira kuhusu ujenzi wa wigo wa waya wa pili kuzunguka nyumba yake binafsi yeye akiwa hayupo, na kuamuru niung'owe siku hiyo hiyo, aliponiita na kuniuliza juu ya mauaji ya Karume, kwa maoni yangu huo ulikuwa ujumbe kwangu kuwa alikumbuka suala la ujenzi wa wigo wa pili kuzunguka nyumba yake. Naamini alitambua kuwa alikuwa ameingilia mipango ya usalama wake, na kuwa ujasiri na kujiamini kwake tusivichukulie kama sababu ya kutomwekea ulinzi imara unaotakiwa. Alitaka tuimarishe ulinzi kwa njia nyingine zozote isipokuwa ile ya kujenga tabaka mbili za wigo kuzunguka nyumba yake binafsi. Wigo huo wa pili sikuutoa baada ya kumweleza kuwa uamuzi huo ulikuwa wa Kamati ya Ulinzi na Usalama.

Kwa kutambua umuhimu na ugumu wa kazi ya ulinzi, wakati wa safari za mikoani hapa nchini, Mwalimu Nyerere alikuwa na tabia ya kuuliza kama walinzi wake walipata chakula na mahali pa kupumzika baada ya kazi kwa maelezo kuwa "askari hawezi kupigana vita kama ana njaa" "*A soldier can not fight a war on an empty stomach.*" Aliwaona walinzi wake kama watoto wake au sehemu ya familia yake, na aliwajali na kuhakikisha kuwa wanafanya kazi yao bila kujisikia kuwa wao ni watu wasiostahili kupewa upendo kutoka kwa kiongozi wa nchi wanayemlinda. Kwa hiyo walinzi wake pia kwa upande wao ari yao ya kazi ilikuwa ya juu sana. Ilipowezekana walikula naye kwenye meza moja kwa ridhaa yake hapa nchini iwapo hawakuwa naye safari za nje ya nchi ambako mipango tofauti ya itifaki ilikuwa wakati mwingine inapewa kipaumbele zaidi kuhusu mpangilio wa msafara wa magari na kukaa kwenye meza ya chakula. Huyu ndiye kiongozi mashuhuri wa nchi yetu Tanzania, niliyebahatika kuongoza kitengo cha ulinzi wake, hata kabla ya Uhuru kamili haujapatikana.

Kwa mtu ambaye hana uzoefu wa kutosha katika kazi hii, akisoma haya yaliyoandikwa, mawazo yanayomjia haraka kichwani mwake ni kwamba walinzi wa kiongozi huyu wa nchi wa kwanza katika taifa hili, walikuwa hawana kazi kubwa ya kumlinda. Hayo ni mawazo yasiyo sahihi. Mlinzi makini na mwenye uzoefu pamoja na kuifahamu kazi hii vema, anatambua ni jinsi gani ulinzi huo aliokuwa anautaka Mwalimu Nyerere hasa miaka ya kwanza ya uongozi wake, kabla ya maasi ya askari wanajeshi tarehe 20 Januari 1964, ulivyokuwa unasababisha pawepo mianya mingi midogo na mikubwa katika mtandao wa ulinzi wake kiasi kwamba iwapo walinzi wake tungekuwa goigoi na kuimba wimbo ule ule wa "hakuna litakalotendeka" badala ya kuziba mianya yote kadri inavyowezekana, nina hakika kuwa taifa lisingetusamehe mimi pamoja na wenzangu niliofanya nao kazi katika kitengo chetu. Majina yetu yangeingia katika vitabu vya historia ya aibu katika Taifa hili. Ulinzi legelege hauna nafasi yoyote katika mfumo wa kulinda kiongozi wa nchi.

Lakini, licha ya kujiamini kwake ambako kulisababisha ulinzi wake uwe mgumu sana kwa sababu ambazo zimeelezwa; Mwalimu Nyerere alikuwa anashaurika na kukubali ushauri anaopewa, iwapo mshauri alikuwa na maelezo ya kweli au yanayoonekana kuwa na ukweli. Kama nilivyosema, alikuwa hataki ushauri au maelezo yaliyotawaliwa na maneno kama "inasemekana, inadaiwa, kuna uvumi, n.k". Alipokuwa akikataa ushauri, alieleza, kwa mfano, kuwa akichukua hatua kutokana na ushauri usio sahihi, wa kulaumiwa ni yeye. Mtoa ushauri wa kupotosha anaweza kuwa na sababu au lengo lake binafsi na siyo kwa masilahi ya umma wakati yeye wakati wote hana budi kuzingatia maslahi ya wengi. Kwa hiyo haikuwa kazi rahisi kwa walinzi kufidia kwa njia nyingine na kwa haraka upungufu wa ulinzi uliojitokeza kutokana na Mwalimu Nyerere kukataa ulinzi wake usiwe mkubwa. Ilikuwa lazima mbinu nyingine za ziada za ulinzi zitumike kufanya ulinzi wake usiwe chini ya kiwango kinachotakiwa, bila yeye kugundua. Kwa kuwa watu hawakutegemea kabisa Mwalimu Nyerere kuwa karibu sana na wananchi, halafu maisha yake akayafanya yawe kama ya mtu wa kawaida, ikilinganishwa na viongozi wengine wenye vishindo na mbwembwe, alipendwa sana. Lakini pia walikuwapo watu waliomwogopa na hasa kumkaribia wakiamini kwamba fimbo yake ilikuwa na zindiko fulani, madai ambayo hayana msingi. Nakumbuka miaka ya 1960 mara baada ya uhuru akiwa safari katika mkoa wa Tanga, miongoni mwa halaiki ya wananchi waliokuja kumlaki mahali alipokwenda kuona mradi wa shamba la minazi, Mwalimu Nyerere alimwomba kijana fulani wa Kimasai ampe fimbo yake yenye kirungu upande mmoja, na yeye Mwalimu Nyerere ampe fimbo yake. Walibadilishana fimbo zao. Katika maisha yangu ya kumlinda Mwalimu Nyerere kwa muda mrefu nimeshika fimbo zake za aina nyingi hapa Tanzania, nchi nyingine za Afrika, Ulaya na Marekani, lakini sikuona jambo la ajabu kuhusu fimbo hizo.

Msimamo wa Baba wa Taifa akiwa bado kiongozi na baada ya kuachia ngazi ya uongozi, ulitatanisha watu wengi kwa sababu hawakutegemea awe hivyo kama nilivyosema hapo awali. Alikuwa mcha Mungu ambaye hakutaka kuona umwagaji damu siyo Tanzania tu lakini hata nje ya mipaka ya Tanzania. Mwalimu Nyerere alikuwa anachukia kupita kiasi pale kesi ya mtu aliyeua mwenzake anapohukumiwa na mahakama ya juu nchini adhabu ya kifo ambayo lazima kisheria ithibitishwe na yeye kama rais. Hakutaka kuangalia majalada ya kesi za aina hiyo kwa muda mrefu sana akinung'unika mara kwa mara kuwa hiyo ndiyo kazi kubwa na ya kutisha zaidi ya rais wa nchi kwa sababu inamfanya rais atoe amri mtu afe ambapo uwezo huo anao Mungu peke yake. Kwamba hakuona kuwa ni haki iwapo mtu kaua wenzake na yeye kama rais aongeze idadi ya wanaokufa. Matokeo yake ni kwamba adhabu za vifo nyingi alizipunguza kuwa za vifungo vya maisha na wenye bahati waliachiwa huru kwa msamaha wake aliotoa wakati anang'atuka mwaka 1985.

Kwenda ibada kanisani

Mwalimu Nyerere alikuwa Mkristo wa dini Katoliki ambaye hakutaka kukosa ibada kanisani siku za Jumapili au sikukuu za kanisa hilo kama si mgonjwa, siyo tu akiwa hapa Tanzania; lakini hata alipokuwa safari nje ya Tanzania.

Nakumbuka siku moja tukiwa Dakar nchini Senegal miaka ya 1960, Baba wa Taifa alimwomba mwenyeji wake Rais Leopord Senghor awaambie wasaidizi wake watusaidie kufanya utaratibu wa kumtafuta Padri kuja katika Kasri la Ikulu mjini Dakar. Padri Mzungu alikuja, maandalizi yakafanywa, Mwalimu Nyerere na mwenyeji wake ambaye wote na mkewe walikuwa pia wa dini moja na mgeni wao, walisali hapo Ikulu katika chumba kilichoandaliwa rasmi kwa shughuli hii. Tulifanya mipango hiyo kwa sababu za usalama.

Kwa hiyo mimi sikuona ajabu baada ya kifo chake Kanisa lake kumtangaza "Mwenye Heri" ambao ni mchakato wa awali katika hatua za kuelekea kumfanya kuwa "Mtakatifu" miaka ijayo. Naomba Mungu aibariki roho ya Mwalimu Julius Kambarage Nyerere ili siku moja jina lake liwe miongoni mwa Watakatifu.

Kufahamu mila na desturi za kabila lake

Mwalimu Nyerere alifahamu sana mila na desturi za kabila lake la Wazanaki. Kwa mfano miaka michache baada ya uhuru, siku moja alitueleza kuwa hapo kale baba wa Kizanaki alipofariki na kuacha mali fulani, mali hiyo ilirithiwa na mpwa wake wa kiume, siyo mtoto wake wa kiume kwa maelezo kuwa Wazanaki walisema kwamba mtoto wa marehemu kama yupo, haupo uhakika kuwa mimba yake ilikuwa ya marehemu kwani inawezekana kuwa ni ya mtu mwingine wa nje ambaye mjane alikutana naye kisha akamdanganya mumewe kuwa ilikuwa mimba yake. Alisema siku hizi hayo hayapo.

Mzimu wa muhunda

Mwalimu Nyerere nyakati fulani akiwa kwao Butiama kwa mapumziko, alipopata nafasi, miongoni mwa mambo mbalimbali aliyosimulia ni kwamba katika kilima kidogo kilichopo sehemu ya Mwitongo ambapo ni jirani sana na alipozikwa katika eneo la nyumba yake mpya, wenyeji wa Butiama miaka ya nyuma walikuwa na imani kuwa upo mzimu wao ujulikanao kama Muhunda ambao ulipotoa sauti kubwa na kulia kama nyani ilikuwa ni ishara kuonyesha kuwa patakuwepo na tukio baya au zuri katika kijiji hicho cha Butiama. Hapo ndipo palifanyika matambiko aina fulani wakati wa utawala wa Watemi ili Muhunda afurahi na kufanya mambo yaende vizuri kama vile mvua iweze kunyesha iwapo palikuwa na ukame wa muda mrefu ili watu waweze kulima na kupata mavuno ya chakula na biashara.

Hakupenda kujitweza wala kukubali heshima asiyostahili

Mwalimu Nyerere hakuwa mtu wa kuleweshwa na madaraka. Hii ilikuwa tabia yake tangu mwanzo, kabla ya kuwa kiongozi wa nchi ndiyo sababu hakusahau maisha yake ya nyuma na kueleza wazi kuwa ingawa alikuwa miongoni mwa watoto wa Mtemi wa kabila lao la Wazanaki Nyerere Burito, lakini alilelewa kama watoto wengine kijijini kwao, alichunga mifugo yao na kulala nyumba moja na mbuzi. Aliwahi kutueleza kuwa siku moja alipigwa pembe kwenye mguu na mbuzi jike alipojaribu kushika ndama wa mbuzi huyo.

Tabia hii ya kutojiona yeye kuwa ni tabaka tofauti na wengine bali binadamu wote ni sawa, aliendelea kuwa nayo hadi alipokwenda kusoma vyuo vikuu vya Makerere, Uganda na Edinburgh Scotland, akarudi nyumbani, baada ya kupata shahada ya Uzamili ya MA. Lakini pamoja na usomi huo wa hali ya juu kwa Mtanganyika wa wakati huo wa ukoloni ambapo baadhi ya wasomi wachache walijitahidi kuiga uzungu na kutia mikogo, Mwalimu Nyerere alibakia mtu wa kawaida kwa tabia, hakubadilika. Usomi wake huo haukumfanya ajigambe au kujiona bora kwa sababu watu wengi walikuwa hawajasoma sana nchini Tanganyika wakati huo kutokana na ukoloni. Ikumbukwe pia kuwa mwaka 1952 ndiye alikuwa Mtanganyika wa kwanza kupata shahada kutoka chuo Kikuu cha Edinburgh, Scotland.

Tarehe 5 Julai 1962 Mwalimu Nyerere alialikwa na uongozi wa chuo kikuu alikosoma, Edinburgh, Scotland. Chuo hicho kilimtunukia shahada ya uzamili ya heshima ya udaktari. Aliporudi hapa nchini viongozi wenzake na wanachama kwa ujumla walianza kumwita kwa kuanza na heshima hiyo ya udaktari, Mwalimu Nyerere alikataa kuwa hakustahili sifa ya kiwango hicho cha usomi ambao hakuusomea mahali popote. Halikadhalika alikataa kabisa heshima kama hiyo isitumike wakati anaitwa au kutajwa jina lake. baada ya kupewa shahada ya Uzamili ya Heshima ya Udaktari toka Chuo kikuu cha Toronto, Canada mwezi Octoba 1969. Mwalimu Nyerere alipewa shahada nyingi sana za heshima, nishani na tuzo toka nchi mbalimbali duniani na hapa Tanzania kabla hajafariki na baada ya kufariki.

Mara baada ya uhuru, Halmashauri ya Jiji la Dar es Salaam wakati huo walitaka sanamu yake itengenezwe ichukue nafasi ya ile ya askari wa vita mwenye bunduki na singe katika maungano ya Mtaa wa Samora, Azikiwe na Makunganya, alikataa kata kata kwa maelezo kuwa sanamu kama hizo hazifai katika nchi zinazozingatia demokrasia na kuongozwa kwa utaratibu wa kupokezana madaraka muda unapokwisha.

Vinginevyo sanamu za viongozi zitakuwa nyingi na kupoteza umuhimu wake. Zipo baadhi ya sanamu zake zimetengenezwa bila yeye kujua na nyingine baada ya kifo chake kama kumbukumbu. Angekuwa hai naamini kuwa angekataa.

Maelezo haya mafupi kuhusu maisha na tabia za Mwalimu Nyerere vimeelezwa pia na Rais wetu Mstaafu wa Awamuya Tatu Benjamini William Mkapa ambaye nilibahatika kufanya nae kazi kwa karibu sana kwa muda mrefu Ikulu, kila mmoja wetu akiwa na jukumu lake wakati wa uongozi wa Mwalimu Nyerere.

Mheshimiwa Mkapa katika hotuba yake kwa taifa kwenye Uwanja wa Taifa (sasa Uwanja wa Uhuru) aliyoitoa tarehe 21 Oktoba 1999 wakati wa kuomboleza msiba wa Mwalimu Nyerere miongoni mwa mambo mengine aliyotaja katika hotuba yake kuhusu tabia na sifa nyingine za Mwalimu Nyerere ni kwamba "Mwalimu alichukia kutukuzwa bila sababu; kujijengea hadhi ya kuabudiwa. Unyenyekevu wake na chuki yake dhidi ya maneno ya waliojipendekeza, ni mambo yaliyosifika. Mkapa katika sehemu fulani ya hotuba yake ndefu; alimwelezea Mwalimu Nyerere kuwa alikuwa mwalimu wa mengi. Alikuwa na kiu isiyokatika ya kujua mambo, hamu isiyokwisha ya kuwapa wengine ufahamu wa mambo.

Mtu mvumilivu, msikilizaji makini, siku zote alikuwa radhi kutilia maanani mawazo ya aina nyingi ya watu wengine. Alikuwa msomaji sana wa vitabu.

Mwalimu alikuwa na kipaji cha kuona mbali; mtu mwenye ucheshi na akili kupindukia. Alikuwa mtu mwenye taamuli, mwenye tafakuri asilia na bunifu. Siku zote alichajishika na fikira mpya, akavutiwa na kutafuta ukweli wa mambo katika sayansi na historia.

Hakuwa na upendeleo

Kwa mfano, paliwahi kutokea malalamiko wakati wa uongozi wake miaka ya 1960, baada ya uhuru kwamba baadhi ya mikoa ilikuwa inapendelewa, katika uteuzi wake wa watu kushika madaraka ngazi za juu, katika serikali yake. Katika kujibu tuhuma hizo, Mwalimu Nyerere alisema kuwa mpaka wakati tunajitawala, mikoa iliyokuwa na wasomi wengi ambao walikuwa na sifa za kuteuliwa kushika madaraka ngazi za juu katika serikali yake kama mawaziri ni mikoa ya Kilimanjaro, Kagera na Mbeya. Hakutaja mkoa wake wa Mara kwa sababu mbali na yeye hapakuwa na wasomi wengi wa kiwango chake. Kama walikuwepo walikuwa wachache sana ikilinganishwa na mikoa hiyo mitatu.

Hata hivyo idadi ya wasomi katika mikoa aliyotaja hawakutosha kujaza nafasi zilizotakiwa kujazwa kipindi hicho. Mwalimu Nyerere na viongozi wenzake ilibidi watumie vigezo vingine walivyoona vinafaa kupata viongozi toka mikoa mingine pia mbali na ile mitatu; kama vile uzalendo, uzoefu wa muda mrefu kazini, rekodi na nidhamu nzuri wakati wa utumishi wao katika serikali ya kikoloni, pamoja na kusoma hadi shule za sekondari au vyuo. Pangekuwapo wasomi wengi wa vyuo vikuu wakati huo kama ilivyo sasa, natumaini serikali ya Mwalimu Nyerere isingeshurutika kuomba baadhi ya wasomi na wataalamu wenye sifa zilizotakiwa toka nchi rafiki za nje kuja kujaza baadhi ya nafasi za ngazi za juu. Ikumbukwe pia kuwa wakati tunajitawala, Tanganyika haikuwa na chuo chake kikuu isipokuwa kile cha Makerere, Uganda ambacho kilikuwa ni cha wanafunzi wote wa Afrika Mashariki wakati huo Tanganyika, Kenya, Uganda na Zanzibar. Chuo Kikuu cha Dar es Salaam kilianzishwa mwaka 1961, kikiwa na kivito cha Sheria tu na wanafunzi 13 baada ya uhuru katika majengo ya CCM Mtaa wa Lumumba yanayojulikana sasa kama Sukita, kabla ya kuhamia majengo mapya Mlimani (*Observation Hill*) Mkuu wa chuo wa kwanza akiwa Crowford Pratt toka Chuo Kikuu cha Toronto, Canada, alipotoka nafasi yake ilishikwa na mwananchi msomi, Dr. W. K. Chagula.

Aliheshimu wazazi wake na wazee

Mwalimu Nyerere alikuwa anafuata mila na desturi za Kiafrika kama Mwafrika wa kawaida bila kujali hadhi au madaraka makubwa aliyokuwa nayo. Mathalani aliheshimu sana wazazi wake na wazee waliompita umri, nje na ndani ya chama chake cha kwanza cha TANU, halafu CCM, siyo tu kutokana na madaraka ambayo baadhi walikuwa nayo katika chama na nje ya chama. Aliwaheshimu na kuzungumza pamoja nao kutokana na umri wao kupita wa kwake. Alitaka waelewe kwa kiwango cha uelewa wao, jinsi mambo yalivyokuwa yanakwenda katika nchi yao, na ilipobidi, walimpa ushauri pia.

Nakumbuka mnamo miaka 1970 alipofikisha umri wa miaka 50 alitaka kuzungumza na wazee kuhusu upungufu wa chakula Dar es Salaam, lakini pamoja na upungufu wa chakula katika jiji la Dar es Salaam, aliwaarifu pia siku hiyo kuwa alikuwa anatimiza umri wa miaka 50 hivyo kama asingekuwa mwenyekiti wa kikao hicho na rais wa nchi angependa kukaa pamoja nao hapo walipoketi mbele yake katika jengo la chama Mtaa wa Lumumba jengo ambalo baadae likajakujulikana kama jengo la Sukita.

Kuhusu wazazi wake alimheshimu sana mama yake Hayati Bibi Mgaya Nyang'ombe. Akiwa pamoja naye nyumbani kwake Butiama, alikuwa na utaratibu wa kwenda kila siku asubuhi kumjulia hali yake katika nyumba yake kabla hajafanya kazi yoyote aliyokuwa ameamua kufanya. Aidha alipokuwa anatoka kumjulia hali mama yake, alikwenda kumjulia hali kaka yake Hayati Chief Edward Wanzage Nyerere nyumbani kwake katika eneo hilo moja walipoishi kwa pamoja kabla Mwalimu Nyerere hajahamia Mwitongo siyo mbali sana toka kwa kaka yake.

Kwa nadra kabisa endapo ilitokea wadogo zake wa kiume au baadhi ya watoto wake kufanya jambo asilolitaka, mama yake aliposikia aliingilia kati, Mwalimu Nyerere hakuendelea tena na jambo hilo, kama halikuhusu mambo ya serikali. Aliliacha kwa kuheshimu kauli ya mama yake bila kujali madaraka yake kama rais.

Michezo

Mchezo nilioshuhudia Baba wa Taifa akicheza katika viwanja vya Ikulu kwa mara ya kwanza miezi michache baada ya uhuru na Tanganyika kuwa Jamhuri ni ule wa kulenga shabaha kwenye kibao akitumia upinde na mishale maalumu, mchezo ambao kwa Kiingereza huitwa *"Archery"*. Alikuwa hana mtu wa kushindana naye, lakini aliweza kuwapa upinde huo na mishale baadhi ya watu aliokuwa nao wajaribu kama walikuwa na shabaha kuliko yeye. Majukumu ya kikazi yalipozidi aliacha mchezo huu. Mchezo mwingine aliokuwa anapenda sana kucheza apatapo nafasi hasa akiwa mapumzikoni kwao Butiama, ni bao. Alipenda pia kusikiliza gitaa la kienyeji lijulikanalo kama "Ritungu" likipigwa na mzee Munwa pamoja na zeze (Ndongo) ya Wajita, iliyopigwa na Mzee Nyangombori. Wazee hawa wawili sasa ni marehemu pia.

Aliacha ghafla kuvuta sigara na kunywa bia

Baba wa Taifa alikuwa mvuta sigara sana aina ya *Clipper*, toka akiwa bado Rais wa TANU mpaka Tanganyika ilipopata uhuru. Ilikuwa baada ya uhuru ndipo siku moja ghafla alisema anaacha kuvuta sigara; hakuvuta tena hadi alipofariki. Alikuwa pia mnywaji wa bia miaka ya nyuma kabla ya uhuru lakini baada ya uhuru, kama ilivyokuwa kwa sigara, siku moja aliamua kuacha kunywa bia, akawa anatumia mvinyo toka Dodoma inapokuwa lazima. Kama alikunywa tena bia ni kwa nadra sana.

Utani

Baba wa Taifa alipokuwa na muda wa kupumzika baada ya kazi kama akiwa na viongozi wenzake miaka ya 1960 na 1970, alipenda kutaniana na baadhi ya viongozi hao kama vile waliokuwa Mawaziri wake George Kahama na Hayati Saidi Maswanya ambao wote wawili kila mmoja kwa kipindi chake, walikuwa mawaziri wa Wizara ya Mambo ya Ndani kipindi cha awamu ya kwanza cha uongozi wa nchi yetu.

Mimi pia alipofahamu kuwa sinywi kileo chochote siyo kwa sababu ya nidhamu nikiwa kazini, yeye akiwapo au ni kutokana na maagizo ya daktari, bali sinywi toka zamani, alinipa jina la utani "Waziri wa Fanta" wakati tukiwa pamoja kwenye meza ya chakula ambapo pia palikuwa na vinywaji aina ya bia n.k hasa katika ziara za nchi za nje wakati wa majira ya baridi.

Mwaka 1973 aliponiteua kuwa Mkurugenzi Mkuu Msaidizi katika Idara nilimokuwa nafanyakazi, siku moja alisafiri kwenda nje ya nchi, mimi pamoja na viongozi wengine tukamsindikiza uwanja wa ndege. Wakati anapanda ngazi kabla ya kuingia katika ndege hiyo aliona kwamba sikuwa mmoja wa watu atakaofuatana nao; akakumbuka kwa nini sikufuatana naye safari hiyo, akanitania kuwa "Petro" hayo ndio baadhi ya matatizo ya kupata madaraka ya juu, wenzako sasa tunasafiri wewe unabaki nyuma unalinda *"Empire".*

Lakini wakati mwingine utani wake kwangu nikama alitaka kujaribu kuona iwapo najali kazi yangu tukiwa nchi za nje, alipokuwa akiniambia niache wenyeji wetu ndio wachukue nafasi yangu ya kumlinda katika nchi hizo; mimi nifuatane na wajumbe wengine kwenda kutembea baada ya yeye kumaliza kazi zake zilizokuwa kwenye ratiba. Nilikuwa namshukuru, lakini sikwenda kokote pamoja na wenzangu tuliokuwa na jukumu hilo kubwa la kumlinda toka Tanzania.

Miaka ya 1960 baada ya uhuru tulifanya ziara ya mkoa wa Mbeya kwa ndege ndogo toka Dar es Salaam. Mwandishi wake wa habari wakati huo Bwana Cephas Mbuta Millando alichelewa kuwahi ndege hiyo asubuhi kwa sababu fulani akaja Mbeya na ndege nyingine ya serikali. Alipowasili peke yake Mwalimu Nyerere alimtania kwa kusema "Ng'wana Millando" utachelewa hata kufika mbinguni. Mbuta Millando naye kama Msukuma akajibu kwa utani vile vile kuwa miongoni mwetu tuliokuwa pale hakuna ambaye alikuwa na uhakika kama atafika mbinguni kwa Mungu atakapofariki.

Alisimulia hadithi isemayo kuwa siku moja usiku Wamasai walikwenda kuiba ng'ombe toka katika kijiji kimoja cha Wajita ambapo baadhi ya wanakijiji walikimbia na kunusurika kuuwawa, lakini wapo baadhi ambao hawakuwahi kukimbia wakanusurika kufa pia kwa kutumia mbinu ambazo ni pamoja na kujiangusha na kulala chini au juu ya maiti za wenzao ili miili yao ionekane ina damu na wamekufa.

Hata hivyo Wamasai ili kuhakikisha kabla hawajatoka na mifugo sehemu ya tukio, walichoma tena miili ya marehemu hao juu ya miguu kwa kutumia ncha za upande wa pili wa mikuki. Kwamba; Mjita mmoja mwanaume aliyekuwa miongoni mwa waliojiangusha chini na kujiviringisha katika damu ya waliokufa kama mbinu ya kuokoa maisha yake, kweli alinusurika, akakimbia baada ya Wamasai kuondoka na mifugo waliyoiba.

Wenzake katika kundi la kwanza kukimbia kwenda kujificha walipomuona mara wakataka kujua jinsi alivyonusurika. Mjita huyo aliwasimulia wenzake kuwa Wamasai walipokandamiza ncha ya mkuki juu ya mguu wake, yeye alitulia kimya kabisa bila kulia wala kujitikisa licha ya maumivu makali aliyopata ndiyo akanusurika kufa. Mwalimu Nyerere aliyatafasiri maneno hayo ya Kijita kwa usahihi kabisa kwa lugha ya Kijita kuwa "Bansoma richumu kukuguru anye nijibiye jibi jibi".

Akiendelea na utani wake kuhusu Wajita, alisema katika kuhesabu vitu zamani walikuwa hawataji tarakimu moja moja kama vile moja, mbili, tatu n.k. wao waliweza kusema idadi ya vitu saba kuwa "Etanu nebiri" au kwa Kiswahili "tano na mbili" lakini staili yao hiyo ya kuhesabu vitu ilifika mahali ikakwama. Mimi sikujibu, kama alivyofanya Cephas Mbuta Milando kuhusu kuchelewa safari.

Miaka ya 1960 kabla na mara baada ya uhuru wa Tanganyika wakati huo ndio pia palikuwa na sera za ubaguzi wa rangi Afrika Kusini na nchi nyingine jirani zilizosababisha wananchi wengi nchini humo wawe wakimbizi katika nchi nyingine Tanganyika / Tanzania. Baadhi ya waliopata hifadhi ya kisiasa hapa walikuwa mchanganyiko wa wapigania uhuru wa nchi zao na baadhi walipewa ajira hapa kutokana na fani zao kama vile wauguzi.

Siku moja Baba wa Taifa alitembelea mkoa wa Tanga akafikia kwa Mkuu wa Mkoa huo. Baadhi ya watu waliokuja kumwamkia ni wauguzi wa kike toka Afrika Kusini waliokuwa wameajiriwa katika hospitali ya Bombo Tanga. Katika mazungumzo mbalimbali mmoja wa wauguzi hao alimwambia kuwa huko kwao Afrika Kusini wako baadhi ya watu wanakula nyama ya paka pamoja na majongoo, wakaeleza jinsi ya kuyapika. Baba wa Taifa katika utani wake akawaambia kuwa mambo kama hayo wakiwaambia rafiki zao wa karibu hapa kwetu Tanganyika watawanyanyapaa na kuwaepuka kuwa pamoja nao hata kama walitaka kuwaoa kwa vile hivyo vitu hapa haviliwi.

Kujiuzulu kazi ya ualimu

Mwalimu Nyerere alijiuzulu toka ualimu tarehe 23 Machi 1955 baada ya kuona kuwa hiyo ndiyo njia pekee ya kumfanya aongoze TANU vizuri. Wakati huo Mwalimu alikuwa anafundisha Shule ya Sekondari ya Pugu nje kidogo ya Dar es Salaam ambako serikali ya kikoloni ilimtaka ama aendelee kufundisha au aendelee na masuala ya siasa. Aliamua kuacha kazi hiyo ya ualimu akajiuzulu aelekeze nguvu na uwezo wake wote kwenye uongozi wa *Chama cha Tanganyika Africa National Union* (TANU) katika harakati za kutafuta uhuru bila kujali kuwa asingeendelea kupata mshahara wa shilingi 500/= alizokuwa akilipwa kwa mwezi.

Kujiuzulu kama mjumbe wa baraza la kutunga sheria

Mwaka 1957 miaka minne kabla ya uhuru Gavana Sir Edward Twining alimteua Mwalimu Nyerere kuwa mjumbe katika Baraza la Kutunga Sheria *(Legislative Council)* lililokuwa bunge la wakati huo. Baada ya kung'amua kuwa hoja alizokuwa akitoa zenye lengo la kuleta mabadiliko ya kimaendeleo kwa wananchi zilikuwa zikipuuzwa Mwalimu Nyerere aliamua kujiuzulu kuliko kuendelea kuunga mkono na kupitisha sheria zilizokuwa zikiwagandamiza wananchi aliokuwa akiwawakilisha katika Baraza hilo.

Kujiuzulu wadhifa wa Waziri Mkuu

Hatua ya kuthibitisha kuwa Mwalimu hakutaka kuleweshwa na madaraka ya uongozi ilionekana tarehe 22 Januari 1962 alipolishangaza taifa hili na dunia kwa ujumla alipotangaza kujiuzulu kwake kutoka kwenye nafasi ya Waziri Mkuu miezi michache tu baada ya kuteuliwa na kuapishwa tarehe 9 Desemba 1961. Mwalimu Nyerere alimchagua Rashid M. Kawawa kuanzia siku hiyo kuwa Waziri Mkuu kuziba nafasi yake. Hata hivyo tuliendelea kumlinda kama ilivyokuwa kabla ya kujiuzulu, ingawa yeye hakutaka akisema kwamba baada ya kujiuzulu hakustahili kulindwa tena.

Tarehe 9 Desemba 1962, Mwalimu Nyerere aliteuliwa tena na kuapishwa kuwa Rais wa Kwanza wa Tanganyika kabla ya Muungano wa Tanganyika na Zanzibar tarehe 26 Aprili 1964 na kuzaa Tanzania. Aliendelea kuteuliwa na kushinda kuwa Rais hadi mwezi Desemba 1985, Mwalimu Nyerere alipostaafu kazi ya urais kwa hiari yake. Mwalimu Nyerere hakutaka kushikilia madaraka ya uongozi wa nchi kwa muda mrefu unaozidi vipindi vitatu akielezea kuwa kuachia kwake madaraka mapema kungesaidia kujenga utamaduni katika nchi yetu wa kupokezana uongozi bila taifa kutikisika. Alitoa sababu nyingine za kung'atuka mapema mbali na kujenga utamaduni huo wa kuachia madaraka muda unapokwisha. Alikuwa anasema kuwa uongozi wa kisiasa sio kama wa kisultani au kifalme, ambapo aliyeko madarakani hatoki mpaka afariki au kujiuzulu na mwanae amrithi. Wananchi wakizoea kiongozi mmoja kwa muda mrefu, mwishowe wanamchoka, inakuwa ni mazoea. Katika hali hiyo, inafika wakati wananchi wanaona hakuna haja ya kumchagua tena wakielewa kuwa wampigie kura au la, atakuwa huyo huyo kiongozi. Si vigumu kwa kiongozi huyo kujikuta akiwa dikteta. Mwalimu Nyerere alisema pia kwamba kiongozi king'ang'anizi kwenye madaraka anaweza akashindwa kuongoza nchi kadri umri unavyokwenda mbele. Aidha hali hiyo inawafanya wananchi wadhani kuwa ni huyo huyo tu mwenye uwezo wa kuongoza nchi, kumbe wapo wengine. Mwalimu Nyerere pamoja na kueleza athari kama hizo endapo angekaa muda mrefu katika madaraka, washauri wake pamoja na wananchi wengine wa kawaida waliokuwa karibu naye walikuwa wakimsihi aendelee kuongoza wakitaja pamoja na sababu nyingine matatizo ya kiuchumi na hali ya usalama nchini. Mwaka 1985 alisema miaka zaidi ya ishirini katika uongozi wa nchi inatosha, kwa sababu matatizo katika nchi hayaishi akang'atuka. Suala la kuwapo kwa chama kimoja tu cha siasa katika nchi wakati huo ilikuwa pia ni sababu nyingine ya kumfanya aendelee kuwa kiongozi kwa muda mrefu.

Mwisho wa kushangilia makosa ya wakubwa

Tarehe 9 Desemba 1961 siku ya Tanganyika kupata uhuru nilikuwa niko uwanja wa taifa kumlinda Mwalimu Nyerere na kushuhudia sisi wananchi tukishangilia na wengine tukitokwa na machozi kwa sababu ya nchi yetu kupata uhuru. Furaha kubwa ilifurika katika mioyo yetu. Kwa yeyote yule ambaye hakuwa katika siasa, chama cha Tanganyika *African National Union* (TANU) kuleta uhuru katika Tanganyika ilikuwa kama ndoto. Kwa kifupi ni kwamba nilishuhudia kila hatua ya harakati za kisiasa za kuleta uhuru Tanganyika. Nafahamu jinsi serikali ya wakati huo ilivyojitahidi kuweka vipingamizi hasa wakati wa Gavana Sir Edward Twining. Vipingamizi hivyo vilikuwa zikitenguliwa na chama cha TANU chini ya uongozi wa Mwalimu Nyerere na wenzake. Kabla ya uhuru aliwahi kuwaeleza wananchi waTanganyika katika toleo mojawapo la gazeti la chama cha TANU lililokuwa likiitwa "Sauti ya TANU" na katika mikutano ya hadhara ya TANU kwamba Waingereza hawakuitwa au kukaribishwa na mtu yeyote kuja kutawala Tanganyika. Kwa hiyo aliwataka wananchi kukataa hali hiyo ya kutawaliwa na taifa jingine. Alisema kutawaliwa na taifa jingine kwa nguvu sio tu kwamba ni fedheha bali pia ni sawa na kuwekwa katika utumwa. Aliendelea kusema kuwa ulikuwa ni wajibu wa watumwa na vijakazi tu kushangilia makosa ya mabwana zao; lakini mtu huru hawezi kushangilia makosa ya mkubwa wake.

Wakati sherehe za kubadilisha bendera katika uwanja wa taifa Dar es Salaam saa 6 usiku nilikuwa karibu na Waziri Mkuu Mwalimu Nyerere nikimlinda. Hata kusafiri kutoka *Government House* kwenda Uwanja wa Uhuru tulikuwa ndani ya gari moja *"Independence 1"* likiendeshwa na dereva wake wa miaka mingi Mzee Saidi Kamtawa. Ilikuwa siku ya kwanza bendera ya taifa la Tanganyika kupepea juu ya mlingoti na bendera ya taifa la Uingereza *Union* Jack kuteremshwa. Hiyo ilikuwa pia siku ya kwanza kwa wimbo wa taifa la Tanganyika huru kuimbwa. Machozi yetu usiku huo yalitutoka kusikia "Mungu ibariki Afrika". Gavana, Sir Richard Gordon Turnbull, na mkewe Lady Turnbull, pamoja na mumewe Malkia wa Uingereza Prince Phillip, walikuwapo Uwanja wa Taifa kushuhudia tukio hilo la kihistoria. Wakati haya yanafanyika katika Uwanja wa Uhuru saa 6 usiku, Ofisa wa Jeshi Lt. Alexander Gwebe Nyirenda, alikuwa akisimika Mwenge wa Uhuru na bendera ya Tanganyika huru kwenye kilele cha mlima Kilimanjaro. Maandalizi na mipango yote ya usalama vilikwenda kama ilivyopangwa, shughuli zikaisha salama.

Wakati Alexander Nyirenda akifanya hayo juu ya Mlima Klimanjaro, maofisa wenzake Lt. Stone (Mzungu) Lt. Musuguri, Lt. Kashmiri na Lt. Kusiga walikuwa Uwanja wa Uhuru Dar es Salaam kubadilishana bendera za majeshi *(Regimental Colours)* kushusha za Jeshi la *King's African Rifles* (KAR) na kupandisha Bendera za Jeshi jipya la *Tanganyika Rifles* (TR). Miaka ya baadae, Lt. Musuguri alipandishwa cheo kuwa Jenerali na kuongoza Jeshi jipya la JWT wakati Mwalimu Nyerere akiwa bado Rais wa Tanzania na Amiri Jeshi Mkuu.

Ijapokuwa tulipata uhuru bila kumwaga damu, Mwalimu Nyerere na baadhi ya viongozi wenzake katika TANU walipata misukosuko. Mwaka 1958 alishtakiwa mahakamani Dar es Salaam kwa madai ya kuandika katika gazeti maneno ya kashfa *(Crimanal libel)* kuhusu mzungu aliyekuwa Mkuu wa wilaya. Mwalimu Nyerere aliteтewa na mawakili D. N. Pritt, QC, kutoka Uingereza, M. N. Rattansey na K. L. Jhaveri wa Dar es salaam mbele ya hakimu L. A. Davis, waendesha mashtaka wakiwa Bwana Summerfield na N. M. Dennison wote waingereza. Mwalimu

Nyerere katika kesi hiyo alikiri mwenyewe akatoa sababu; akahukumiwa afungwe gerezani miezi sita au kulipa faini pauni za Uingereza 150. Alikubali afungwe gerezani miezi hiyo sita lakini kutokana na umuhimu wake kwa kukiongoza chama cha TANU, alishauriwa na wenzake akakubali wachange pesa nakulipa faini. Hakimu Davis alisema wakati wa kesi hiyo kwa kiingereza kuhusu Mwalimu kwamba *"Nyerere was an extremely intelligent and responsible man."* (Nyerere ni mtu mwenye akili sana na mtu wa kuaminika).

Mabadiliko Baada ya Uhuru

Kabla ya Tanganyika kupata uhuru wananchi wengi nchini Tanganyika hawakuamini kuwa Chama cha TANU kingeleta mabadiliko makubwa ya kihistoria. Hawakuamini, kwa mfano, kuwa ingetungwa katiba mpya; serikali ya madaraka; uhuru kamili; wimbo wake wa taifa badala ya ule wa Uingereza; kupandishwa na kusimikwa bendera ya taifa jipya na mwenge wa uhuru kwenye kilele cha mlima Kilimanjaro. Hawakuamini kuwa jeshi la zamani la *King's African Rifles* (KAR) lingeondoka na nafasi yake kuchukuliwa na *Tanganyika Rifles* (TR); kwamba nalo baada ya maasi ya 1964 lingevunjwa na Jeshi la Wananchi wa Tanzania (JWT) lingeanzishwa. Hawakuamini kuwa serikali mpya ingeapishwa na uraia mpya wa Watanganyika ungechukua nafasi ya uraia wa Uingereza. Hawakuamini kuwa vyombo vya dola vingekuwa na mwelekeo mpya wa kazi katika Tanganyika huru. Hawakuamini kuwa ingekuja programu ya sera ya Waafrika kushika madaraka. Hawakuamini kuwa Kiswahili kingetangazwa kuwa lugha ya taifa. Hawakuamini kuwa watu weusi wangeruhusiwa kunywa bia na vileo vingine vya kisasa vilivyoitwa vya Kizungu; vinywaji ambavyo wakati wa ukoloni Waafrika hawakuruhusiwa kuvitumia. Watu weusi hawakuruhusiwa kulala katika hoteli zilizokuwa zinaitwa za Kizungu. Kabla ya uhuru Mwalimu Nyerere alikataliwa kupewa bia katika *New Africa Hotel* ya zamani miaka hiyo ya ukoloni jijini Dar es Salaam. Hawakuamini kuwa watu weusi wangeruhusiwa kutibiwa hospitali zilizokuwa za Wazungu na Wahindi. Yapo mambo mengine ya kuorodheshwa ambayo yameletwa na uhuru, lakini inatosha tu kusema kwamba uhuru umewapa wananchi moyo wa kujiamini baada ya kuonewa, kupuuzwa na kunyanyaswa kwa kiasi cha kutosha. Watoto wa Kiafrika waliruhusiwa kusoma katika shule na vyuo vilivyokuwa vya Wazungu na Wahindi peke yao. Katika sherehe za maadhimisho ya kufikisha miaka kumi ya uhuru tarehe 9 Desemba 1971, mabadiliko hayo hapo juu pamoja na maendeleo ya Taifa katika kipindi hicho cha miaka kumi vilishuhudiwa na baadhi ya waingereza waliokuwa wafanyakazi nchini Tanganyika kabla ya uhuru. Walialikwa na serikali kama Baba wa Taifa alivyoahidi siku ya uhuru. Baadhi ya wengi waliokuja ni Norman Brend, MacLintic na Miss Patt Quinlan, tuliokuwa nao miaka ya ukoloni katika *Special Branch*.

Uhuru kuunganisha maadui

Wakati tunajitawala tarehe 9 Desemba 1961 nilikuwa na utumishi wa miaka kumi katika Jeshi la Polisi, miaka mitatu katika sare na miaka saba katika Idara ya Usalama *Special Branch* ambayo ilikuwa chini ya Jeshi la Polisi. Hatukuruhusiwa kujiunga na TANU. Hata wafanyakazi wengine katika idara za serikali hawakuruhusiwa. Nilikuwa tayari Mratibu Msaidizi wa Polisi tangu tarehe 1 Julai 1960 nilipokuwa bado masomoni Uingereza. Nilikwenda nikiwa na cheo cha Inspekta Mwandamizi.

Mwalimu Julius K. Nyerere ambaye alikuwa rais wa chama hicho alifahamu wazi kuwa chama chake kilikuwa kinamulikwa na *Special Branch* lakini Mwalimu Nyerere hakuwa na hofu hata chembe. Katika mikutano yake ya hadhara popote nchini alikuwa akisema kuwa wale waliotumwa na serikali ya kikoloni kusikiliza atasema nini, wakatoe taarifa za ukweli siyo za uongo, kupotosha au majungu.

Baada ya uhuru na mimi kuchaguliwa kumlinda Waziri Mkuu wa Tanganyika na Rais wa TANU, baadhi ya viongozi na wanachama wakereketwa wa TANU hawakufurahi. Wao walidhani kuwa kujitawala ni kuachana na uongozi pamoja na serikali ya kikoloni na wale wote waliokuwa wanatumikia serikali ya kikoloni hata kama ni wananchi. Wao walitaka shughuli za ulinzi wa kiongozi huyo ziendelee kufanywa na wanachama wa TANU kwa sababu ndio walioleta uhuru, hata kama walikuwa hawana uzoefu wala kusomea kazi hiyo. Hawakufahamu kuwa uhuru ulioletwa na TANU ulituunganisha wananchi pamoja siyo kututenganisha kama ilivyokuwa kabla ya uhuru, tulipobandikwa majina ya kila aina kama vile vibaraka, vikaragosi wa mkoloni n.k. Kwa hiyo maadui wa pande mbili tuliunganishwa na uhuru, tukawa wamoja lakini majukumu mbalimbali kwa maslahi ya nchi yetu. Doria ya TANU dhidi yetu ikasitishwa na sisi hali kadhalika tukabadilika na kuwa watumishi wa serikali yetu wenyewe na kuanza kuilinda pamoja na viongozi wake.

Mbinu za kuning'oa za kwama

Kama nilivyokwisha kusema, Mwalimu Nyerere hakuwa na ukabila au udini. Nilipokuwa najulishwa kwake rasmi huko *Government House* (Ikulu) kabla ya kuanza kazi hii Agosti 1961 hakuuliza mimi ni kabila gani, dini gani au natoka jimbo (mkoa) gani. Alielezwa kuwa nimetoka polisi, Idara ya Special Branch. Alichosema ni kwamba kazi niliyoelekezwa kufanya yeye hakuifahamu kwa vile ilikuwa ni mara yake ya kwanza kusikia atapewa ulinzi mzito kama huo.

Siku moja katika miaka ya 1960 baadhi ya viongozi wa TANU katika kikao fulani cha chama katika mkoa fulani, walijenga hoja kutaka kuning'oa toka katika kazi hiyo ya kumlinda Mwalimu Nyerere kwa madai kwamba mimi wakati wa utawala wa kikoloni nilikuwa ofisa hodari sana kupata habari za TANU na kuwapa wakoloni. Hawa walikuwa hawana habari siyo tu jinsi gani Baba wa Taifa alivyokuwa ameelewa kwa kina uwezo wangu katika kuifanya kazi hii baada ya uhuru lakini pia baadhi ya viongozi na wanasiasa hao wakereketwa wa chama hicho hawakufahamu jinsi gani Mwalimu alivyochukia majungu.

Madai yao yalitupiliwa mbali na Mwalimu Nyerere baada ya watoa hoja hiyo kushindwa kutaja, kufafanua au kuthibitisha kosa nililofanya kiasi cha kustahili nitolewe kwenye kazi hiyo. Makosa yangu ni kufanya kazi chini ya wakoloni ya kufuatilia shughuli za TANU. Ingawa doria ya TANU ilisitishwa mwaka 1961, lakini baadhi ya wakereketwa katika chama walikuwa wanawasha moto chini chini dhidi yangu. Moto huo ulizimika ghafla baada Mwalimu Nyerere kuwaeleza watoa hoja kuwa iwapo dhambi yangu ni kufanya kazi katika serikali ya kikoloni, basi wengi wa viongozi wa chama hicho cha TANU na serikali mpya pamoja na yeye mwenyewe Mwalimu Nyerere hawakustahili kwa sababu walisomeshwa na kufanya kazi chini ya utawala wa kikoloni.

Mwongo akisha kuongopa na uongo huo ukashindwa kuzaa matunda aliyotegemea, hushikwa na mawazo kama ya mtu mwenye hatia fulani *(guilty state of mind)*. Kama ni uongo kuhusu jambo kubwa, mawazo hayo humwandama mhusika na mwisho huwa kama mtu aliyepagawa na mashetani; huanza kutafuta mtu mwingine amwambie uongo huo, na hivyo ndivyo ilivyotokea.

Mimi sikuwa katika ukumbi wa kikao hicho, wala sikuwa na fununu yoyote nini kilikuwa kinaendelea lakini baadae baadhi ya watoa hoja walinieleza wenyewe jinsi madai yao yalivyogonga mwamba. Tangu hapo uadui uliotaka kujitokeza tena ukazimwa mahali pote nchini baada ya wananchi kuelimishwa kwamba kupatikana kwa uhuru siyo kuchukia wale wote waliokuwa katika utumishi wa serikali ya kikoloni. Wakati mwingine uongo huwa ni silaha ya hatari sana kama bunduki, ambayo anayeitumia vibaya inaweza kumuumiza vibaya pia. Mipango ya kuning'oa toka kwenye kazi hiyo ilipokwama, kilikuwa kichocheo kikubwa sana kwangu kuonyesha juhudi na ubingwa wangu katika kazi hii. Waliokosa raha ni wale waliojenga hoja ya kuning'oa ikatupiliwa mbali na Mwalimu Nyerere.

Tatizo la kwa nini niendelee kumlinda Mwalimu Nyerere lilipomalizika lilibaki tatizo la chama kuwa mstari wa mbele, ambalo pia lilinikabili katika upangaji au maandalizi ya ulinzi. Wakati wa misafara ya magari, usafiri wa ndege au utaratibu wa kupangwa mahali pa kulala tukiwa safari, miaka ya mwanzo baada ya uhuru kuna wakati baadhi ya viongozi wa kisiasa na wale wa Idara ya Itifaki *(Protocol)* umuhimu wa walinzi kuwa karibu na kiongozi wa nchi hawakuupa kipaumbele. Mazungumzo yaliendelea kufanyika kati yetu na wahusika wengine na kufikia muafaka; lakini mara nyingi upande wetu bado tulionekana kuwa tunataka kuwa karibu na Mwalimu Nyerere ili kupigwa picha tukiwa naye karibu au tulikuwa na utovu wa nidhamu, madai ambayo hayakuwa kweli. Tulitaka tufanye kazi yetu kwa uhakika na siyo kubabaisha tu. Kadri siku zilivyo kwenda mbele ndivyo jukumu letu lilivyoeleweka, vipingamizi vikaisha, hasa baada ya Mwalimu Nyerere kuandika kijitabu cha "Tujisahihishe" mwaka 1962 kufuatia matatizo haya na mengine.

Hatua za kutoa ubinafsi, fitina katika chama na serikali

Matatizo niliyotaja ni miongoni mwa matatizo mengi yaliyojitokeza baada ya uhuru katika miaka ya 1960, wakati wa uongozi wa Mwalimu Nyerere, ambayo yangeathiri sana utendaji kazi mzuri siyo tu katika chama cha TANU, bali hata katika serikali kama yangeendelea.

Katika kiijitabu "Tujisahihishe" Mwalimu Nyerere alitaja kuwa chanzo kikubwa cha matatizo yaliyojitokeza kilikuwa ubinafsi, fitina, woga na watu kugawanyika katika makundi. Hata mipango iliyokwama ya kutaka kuning'oa kutoka katika kazi ya kumlinda Mwalimu Nyerere, chanzo chake ilikuwa ni moja ya sababu alizotaja, lakini kama nilivyoeleza huko nyuma, mipango hiyo iligonga mwamba, kwa sababu hoja zilizojengwa na wahusika zilikuwa majungu matupu.

Kwa kifupi nanukuu maelezo ya Mwalimu Nyerere yaliyomo katika kijitabu hiki cha "Tujisahihishe" aya ya 2 na 3, ukurasa wa 6, aya ya 1,2,3,4, na 5 ukurasa wa 7, na aya ya 1, ukurasa wa 8 , kama ifuatavyo ili msomaji apate picha kidogo kuhusu hali ilivyokuwa wakati huo, kama hajafanikiwa kupata nakala ya kijitabu hiki:-

"Kosa jingine kubwa ni kuwagawa watu katika makundi; kundi "letu" na kundi "lao". Wakati mwingine "sisi" ni viongozi tunaochaguliwa kwa kura za wanachama. Hili ndilo kundi "letu". Viongozi wengine ni wale wanaoajiriwa. Baadhi ya viongozi wanaochaguliwa hujiona kuwa ni mabwana, na kwamba viongozi wanaoajiriwa ni watumishi tu ambao hawastahili kuheshimiwa. Lakini mara nyingi viongozi wengi wanaoajiriwa huwa wanawazidi wengi wa wale wanaochaguliwa katika mambo ya elimu. Basi, wao pia huunda "ubwana" wa elimu na kupuuza viongozi waliochaguliwa. Kosa hili kwa pande zote mbili ni baya. Linagawa viongozi katika makundi, na ni wazi kwamba viongozi wakigawanyika katika makundi Chama pia huwa kimo katika hatari ya kugawanyika katika makundi na kukosa shabaha yake.

Lakini pengine huwa kundi "letu" ni kubwa zaidi. Kwa mfano, japo baadhi ya madhumuni ya Chama chetu ni kumpatia elimu kila mtu, baadhi ya wanachama wetu huwa na mashaka na watu wenye elimu siyo kwa sababu ya makosa yanayojulikana, lakini kwa sababu ya elimu. Tabia hii inaleta mazoea ya kusema na kukashifu elimu na ujuzi kama kwamba ni dhambi. Na hasa kwa sababu wakoloni zamani walikuwa wakituambia kuwa hatuwezi hili wala hatuwezi lile kwa sababu hatuna elimu na ujuzi wa kutosha, basi leo, kiongozi akisema kwamba kazi fulani inahitaji elimu na ujuzi wa kutosha, huonekana kuwa ana mawazo ya kikoloni! Lakini ni dhahiri kwamba chama chochote ambacho kimetaja "Ujinga" yaani ukosefu wa elimu au ujuzi kuwa ni baadhi ya maadui wake, hakina budi kiheshimu elimu na kiitumie. Ni dhahiri kwamba yule asiyetambua ubora wa elimu na ujuzi ni mjinga ambaye chama hakina budi kimsaidie kwa kumwondolea adui huyo anayemsumbua, yaani ''ujinga'' Mtu yeyote akikosa na tumlaumu kwa makosa yake, lakini tusimtilie mashaka bure kwa sababu ya elimu, kwani kuwa na elimu si makosa.

Mara nyingi wenye elimu hufanya kosa hili hili la kuwatilia mashaka au kuwadharau wale wasio na elimu. Mara ngapi tumesikia watu wakikashifu halmashauri fulani siyo kwa kosa lolote ambalo limefanywa na halmashauri hiyo, lakini kwa sababu halmashauri yenyewe ni ya watu ambao hawana elimu? Hili ni kosa linaloudhi zaidi. Mtu ambaye kapewa nafasi ya kuweza kuona anapofanya mambo kama kipofu hukatisha tamaa zaidi kuliko kama angekuwa ni kipofu kweli.

Pengine kundi "letu" ni la Waafrika kwa jumla, na kundi "lao" ni la wasio Waafrika kwa jumla. Hasa katika nchi kama yetu mgawanyo huu unao hatari ya kuzuia akili ya baadhi ya ndugu zetu kufanya kazi kabisa. Kwa ndugu zetu kama hao asiye wa kundi "letu" hawezi kusema lolote lenye maana. Lolote atakalolisema au kutenda huwa ni baya. Baadhi yetu hata wameanza kusema kuwa sisi Waafrika ni watu bora kuliko watu wa mataifa mengine. Huu ni ugonjwa ule ule nilioutaja mapema unaomfanya mtu kuzihukumu hoja za mwenzake kuwa ni nzuri au mbaya kabla hata hajazisikia.

Pengine kundi "letu" ni sisi Wana TANU, na "lao" ni la wale wasiokuwa WanaTANU. Kwa mfano, baadhi ya WanaTANU husahau kabisa kuwa baadhi ya Watumishi wa Serikali ni wananchi safi kabisa kama sisi, na pengine kuwazidi wengine wetu. Lakini kwa sababu hawana kadi za TANU, basi hufanywa kuwa si kitu. Pengine huongezeka kosa lile lile la kuwafanya wao kuwa ni watumishi tu ambao hawastahili heshima yoyote ya utu. Pengine, kwa sababu baadhi yao wanayo elimu nzuri, huongezeka kosa lile la kuwatilia mashaka wenye elimu. Sisemi kwamba huwa hawana budi wahukumiwe kwa makosa yao ya kweli, si kwa kubwagwa tu katika kundi la walaumiwa bila makosa yao wenyewe.

Mungu ametupa akili ili tuweze kuzitumia kwa manufaa yetu na ya Jumuiya. Makosa niliyoyataja, na mengine mengi ambayo kila mtu aweza kuyafikiria mwenyewe, huzinyima akili uhuru wa kufanya kazi yake barabara. Huwa kama ni kutu inayokizuia chombo kufanya kazi yake vizuri. Ni wajibu wetu kujitahidi kadiri iwezekanavyo kuzipa akili zetu uhuru wa kufanya kazi bila kutu na uchafu wa aina niliyotaja.

Yawezekana kuwa mara nyingi makosa tunayofanya sisi hutokana na makosa ya wengine. Kumtilia mashaka mtu anayekutilia mashaka ni jambo la kibinadamu. Kumrudishia kofi mtu aliyekupiga kofi ni jambo la kibinadamu siyo kusema kuwa ni cha busara. Kipofu akinivamia na kuniumiza, nikikasirika kwa sababu ya maumivu aliyonitia, ni jambo la kibinadamu. Lakini nikijitoboa macho ili na mimi nimvamie na kumwumiza haitakuwa nimefanya jambo la busara.

Nimejaribu kueleza makosa machache ambayo yafaa tuyaondoe na kuyaepuka katika chama chetu. Sitaki mtu yeyote afikiri kuwa mimi niliyeandika maneno hayo sinayo makosa hayo. Hivyo si kweli. Kosa moja kubwa sana ambalo pia linatokana na unafsi ni kutaja makosa ambayo sisi wenyewe hatunayo, na kuficha makosa ambayo sisi wenyewe tunayo. Hii ni kosa lile lile linalotufanya tulaumu tusiowapenda, na kutolaumu tunaowapenda, bila kujali ukweli. Nimetaja makosa haya ili yatusaidie, siyo katika kuwahukumu wenzetu tu ambalo ni jambo rahisi, lakini katika kujihukumu sisi wenyewe, ambalo ni jambo gumu na la maana zaidi."

Baba wa Taifa alipunguza mshahara wake

Katika kipindi cha miaka michache baada ya uhuru wa Tanganyika, Mwalimu Nyerere alipoona kuwa palikuwa na tofauti kubwa sana kati ya kima cha mishahara ya wafanyakazi wa ngazi za juu na ngazi za chini aliamua kupunguza mshahara wake yeye mwenyewe ambao wakati ule ulikuwa shilingi 6,000/= kwa mwezi.

Hatua hii ilikuwa siyo tu kupunguza tofauti kubwa ya mishahara iliyokuwepo kati ya kima cha juu na kima cha chini lakini ilikuwa pia ni kuonyesha kwa vitendo jinsi ya kuongoza. Mwalimu Nyerere alikuwa anaonyesha njia kwa vitendo. Mwalimu Nyerere alitaka wale wanaoongozwa wafuate njia hiyo. Baada ya kupunguza mshahara wake kwa asilimia kumi wafanyakazi wengine katika serikali ngazi za juu walipunguzwa pia mishahara yao ama kwa asilimia kama hiyo au chini.

Bila shaka msomaji atashangaa na kujiuliza huyu alikuwa kiongozi wa nchi wa namna gani aliyejali zaidi wale aliowaongoza wenye hali na kipato cha chini. Mwalimu alikuwa kiongozi muadilifu sana asiyetawaliwa na tamaa ya kujilimbikizia mali au kuwakoga watu wengine. Ingawa wakati ule gharama ya maisha ilikuwa nafuu lakini hii isingekuwa sababu ya kumzuia asijilimbikizie mali wakati huo ambapo wananchi wengi walikuwa hawajawa na mwamko wa kisiasa wa kuelewa jinsi mambo yalivyokuwa yanakwenda kinyume na wakati huu ambapo Watanzania wamesoma kwa wingi sana.

Kwa mfano, kabla ya uhuru palikuwa na Mwafrika mmoja tu nchini Tanganyika aliyekuwa na digrii ya Masters aliyoipata mwaka 1952, miaka tisa kabla ya uhuru. Kulikuwa na madaktari Waafrika kumi na mbili pamoja na wahandisi Waafrika wawili wakati ambapo idadi ya watu wote nchini Tanganyika ilikadiriwa kuwa milioni nane. Idadi hii ya wasomi nchini Tanganyika wakati huo ilitajwa na Mwalimu Nyerere jijini Brasilia, Bazil tarehe 18 September 1996 katika hotuba yake aliyotoa kuhusu hali ya Afrika katika kipindi cha kuelekea karne ya 21. Mtu pekee Tanganyika aliyekuwa na digrii ya Masters alikuwa yeye Mwalimu Nyerere lakini kwa kuwa hakuwa mtu wa majivuno hilo hakulitaja.

Mfano mzuri wa jitihada za Mwalimu Nyerere katika kupunguza pengo kubwa kati ya kima cha juu na cha chini cha mishahara miaka ya 1960 baada ya uhuru ni kusoma kijitabu chake cha TANU na Raia alichokiandika Dar es Salaam mwezi April 1962 ambamo pamoja na mambo mengine yaliyomo chini ya kichwa cha Baragumu la Pili ukurasa wa sita, saba na nane Mwalimu Nyerere alisema:

"Tuchukue mfano wa mishahara. Wakoloni walipokuwa hapa walipanga mishahara bila kujali uwezo wa watu wetu kuilipa mishahara hiyo, na bila kuilinganisha mishahara hiyo na mapato ya watu wetu. Lakini wao ilikuwa ni ada yao kufanya hivyo. Serikali ya wageni haiwezi kujali maisha ya raia. Serikali yao ilikuwa ni Serikali ya ubwana na ufahari; na walijitimizia ubwana wao na fahari yao, bila kujali uwezo wa watu wetu wa kugharamia ubwana huo na fahari hiyo.

Lakini baadhi yetu tulikuwa hatutambui jambo hilo. Waafrika wengi tulikuwa tumekwisha kusahau kwamba mzigo ule wa ubwana na fahari ni mzito mno na watu wetu hawawezi kuubeba. Kilichokuwa kikituumiza ni kwamba ubwana ule na fahari ile waligawana wazungu wenyewe tu, bila kutugawia na sisi pia. Baadhi yetu hatukuwa tunadai uhuru ili uwapunguzie watu wetu mzigo huu wa ubwana na fahari, bali tamaa yetu ilikuwa ni kukalia viti vile vya ubwana na fahari. Tamaa yetu haikuwa kushika vyeo tu vilivyokuwa vimeshikwa na wazungu hapo zamani bali tulitaka na mishahara pia iliyokuwa ikifuatana na vyeo hivyo bila kujali kama watu wetu wanaweza kulipa mishahara hiyo na bila kujali maisha ya watu wetu.

Tulipopunguza mishahara ya mawaziri tulisifiwa kwamba tumefanya jambo zuri. Na ni kweli tulifanya jambo zuri. Mshahara wa waziri wa kikoloni ulikuwa zaidi ya Tshs 5,000/= kwa mwezi. Juu ya hiyo kulikuwa na matumizi mengine ya kikazi ambayo hata sisi hatukuondoa. Sisi tulipunguza mshahara huo na kuufanya Tshs 3,000/= kwa mwezi kwa kila waziri pamoja na Waziri Mkuu. Mshahara huu ukilinganishwa na mishahara wanayopata mawaziri, katika sehemu nyingine Afrika au duniani, ni mshahara mdogo sana; lakini kulinganisha mishahara ya mawaziri wetu na mishahara ya mawaziri wa nchi nyingine, ambayo yaweza ikawa tajiri zaidi kuliko Tanganyika, siyo njia safi ya kulinganisha. Njia inayofaa kutumiwa, njia ambayo wana TANU na wananchi wote hatuna budi tuitumie, ni kulinganisha mshahara huo na pato la ndugu zetu.

Nitajaribu kuwaonyesha na sina shaka mtashtuka. Pato la nchi yetu kama tukiligawa kwa kila mtu sawasawa, basi kila raia wa Tanganyika atapata Tshs 400/= kwa mwaka. Tuseme nyumba ina watu wanne yaani mke, baba na watoto wawili. Basi pato lingekuwa Tshs 400/= mara 4 kwa mwaka yaani Tshs 1,600/= pato hili ni kiasi cha Tshs 133/= kwa mwezi.

Lakini tunalifikiaje pato hili? Tunalifikia pato hili kwa kuchanganya pato la Tanganyika nzima na kuligawa sawasawa. Ukweli wenyewe ni kwamba pato hili la Tshs 133/= kwa mwezi ni pato la karatasi tu watu wetu hawalipati. Tulipoingia serikalini tulikuta watu wengi wanapata mshahara wa sh 1/75 kutwa ambao ni kiasi cha shs 45/50 kwa siku 26 za kazi. Tulipoongeza mshahara huo ukawa Shs. 2/75 kwa siku ambao ni kiasi cha Shs 71/50 kwa siku 26 za kazi. Watumishi wa juu ya hao walikuwa wakipata Shs. 107/= kwa mwezi. Ni wakati wa kukubali mishahara iliyotokana na uchunguzi wa Adu kutoka Ghana ndipo tulipoongeza mshahara wao ukawa Shs. 132/= kwa mwezi.

Basi njia safi ya kujua mshahara wa Shs. 3,000/= kwa mwezi ni mkubwa au ni mdogo si ile ya kuulinganisha na mishahara ambayo mawaziri wa nchi nyingine hupokea. Njia bora ni kulinganisha Shs 3,000/= kwa mwezi na Shs. 71/50 au Shs 132/= kwa mwezi. Hapana mtu anayeridhika na fedha. Kwa hiyo; mawaziri wetu wanazo shida kubwa na tunazijua, lakini shida zao ni za aina mbalimbali kabisa na shida za mtu ambaye anapata Tshs 71/50 kwa mwezi.

Nimetaja mawaziri kama mfano tu. Lakini maneno haya yanawahusu waafrika wote wenye hali nzuri. Leo Permanent Secretary Mwafrika mshahara wake ni Shs. 4,000/= kwa mwezi. Hatujali *Permanent Secretary* kupata mshahara mkubwa kuliko waziri wake. Sababu ni kwamba hatutaki mawaziri wetu walinganishe mishahara yao na *Mapermanent Secretary* wao na kusema ni midogo. Tunataka mawaziri wetu walinganishe mishahara yao na wale vibarua wanaopata Shs 71/50 kwa mwezi na watambue kuwa ni mikubwa. Hatutaki waziri wetu awe na tamaa ya kupunguza tofauti ya pengo kati ya mshahara wake wa Shs. 3,000/= kwa mwezi na mshahara wa *Permanent Secretary* wake Shs 4,000/= kwa mwezi. Tunataka Waziri wetu awe na tamaa ya kupunguza tofauti kati ya mshahara wake wa Shs. 3,000/= kwa mwezi na ule wa kibarua wa Shs. 71/50 kwa mwezi. Kadhalika, mshahara wa Permanent Secretary Mzungu ni Shs. 4,800/= au zaidi. Hatutaki Permanent Secretary Mwafrika aseme kuwa huu ni ubaguzi na adai yeye apate mshahara huo. Tunamtaka afikirie njia za kusaidia kupunguza tofauti iliyopo sasa kati ya mshahara wake wa Shs. 4,000/= kila mwezi na ule wa kibarua wa Shs. 71/50 kwa mwezi. Tunataka kila Mwafrika ambaye sasa hivi hali yake ni nzuri ailinganishe hali yake na wale walio wengi ambao hali zao ni mbaya.

Leo tuko Waafrika maelfu hapa Tanganyika ambao hali yetu ni nzuri sana ukilinganisha na ile ya ndugu zetu vibarua na wakulima. Na hesabu yetu itazidi kuongezeka kila mwaka. Baadhi yetu ni wakubwa wa siasa, wengine ni watumishi wa serikali kuu au serikali za mitaa wengine ni watumishi wa makampuni au wanafanya shughuli zao wenyewe. Sisi wote hao tuko katika kundi la juu kundi la waafrika ambao hawajambo. Na mara nyingi tunayo manung'uniko mengi sana. Lakini ni mara ngapi ambapo manung'uniko hayo ni ya kutaka hali yetu ambayo ni nzuri ifanywe nzuri zaidi na tofauti iliyopo sasa hivi kati yetu na ndugu yetu wa chini izidi kuwa kubwa.

Ikiwa jitihada yetu itakuwa ni jitihada ya kupunguza tofauti iliyopo kati ya wale walio juu na wale walio chini, basi hapo hatuna haja kuwa na wasiwasi sana tunapowahimiza ndugu zetu kufanya kazi kwa bidii. Kwani tutakuwa hatuwahimizi wawafanyie kazi watu wa juu, bali tutakuwa tunawaomba wajifanyie kazi wao wenyewe. Lakini watu wa juu wasipojali tofauti iliyopo baina ya hali zao na hali za watu wa chini basi hapo kuwahimiza watu wa Tanganyika kufanya kazi ni kuwahimiza wawafanyie kazi watu wa juu. Na serikali ya TANU ikikubali mambo hayo basi hapo serikali ya TANU itakuwa siyo tofauti na serikali ya kikoloni.

Ikiwa TANU inataka kuunda nchi ya "ujamaa" kweli, basi tunaitazamia TANU kuendelea na jitihada ya kupunguza tofauti iliyopo sasa kati ya watu wenye hali ya juu, na wale wenye hali ya chini. Kama nilivyosema hapo juu kila mtu hupenda fedha nyingi, na hakuna mtu yeyote tangu waziri mpaka kibarua ambaye hapendi pato lake lizidi kuongezeka kila siku. Kwa hiyo ikiwa serikali ya TANU itachukua hatua za kuzuia tofauti iliyopo sasa kati ya watu wa juu na watu wa chini, sina shaka watu wote walio juu hawatapenda. Hata mimi ninayeandika maneno haya sipendi; kwani hata mimi napenda kuwa tajiri. Lakini kitakacho tuwezesha kujenga nchi safi siyo tamaa yangu mimi kuwa tajiri, bali ni vitendo ambavyo ingawa tunajua kuwa vitaudhi wachache, tunayo hakika kuwa ni vya manufaa kwa ndugu zetu walio wengi."

Kutotaka vitu vya anasa

Mwaka 1962 nikiwa afisa wa polisi aliyestahili kupewa mkopo wa kununua gari jipya, nilinunua gari la aina ya Mercedes Benz 190 rangi ya maziwa kutoka kampuni ya D. T. Dobie Dar es Salaam likapewa nambari za usajili TD 5067. Afisa mwingine aliyekuwa na gari aina hiyo baadae kama sikosei, ni hayati Inspekta Jenerali wa Polisi wa pili Hamza Aziz.

Mwalimu Nyerere alikuwa analiona gari hilo mara kwa mara katika uwanja wa Ikulu, hata siku moja akaniuliza kutaka kujua lilikuwa la nani, nikajibu kuwa lilikuwa langu, akauliza kwa utani kuwa huko kijijini kwetu shamba Musoma nikienda nalo nitaliweka wapi iwapo sikuwa na nyumba inayofanana na gari hilo. Sikuweza kujibu, lakini nilimwelewa alimaanisha nini, kwamba badala ya kujenga nyumba safi ya kuishi, mimi nilinunua gari la kifahari. Niliendelea kuwa nalo huku nikitafakari nifanye nini na gari la aina hii wakati magari ya serikali, Ikulu yakiwa bado ni aina ya Humber na mengine kutoka Uingereza ambayo yalikuwa ni madogo. Wakati huo fedha za kigeni zilikuwa zinadhibitiwa sana na serikali ili zitumike kununua vitu muhimu tu siyo vya anasa. Gari aina ya Meredes Benz wakati huo lilikuwa miongoni mwa magari au vitu vilivyoitwa vya anasa.

Azimio la Arusha lilipozaliwa na siasa ya ujamaa ikaanza kwa kasi mwaka 1967, hivyo Mwalimu Nyerere akawa anashambulia matumizi ya fedha za umma kwa kuagiza magari ya kifahari kama Mercedes Benz na vitu vingine vya anasa badala ya watu kununua magari madogo madogo kama vile Volkswagen Beetle, pikipiki na baiskeli, niliona kuwa kuendelea kuwa na gari hilo wakati niko karibu sana na kiongozi huyu mjamaa, ningeonekana kama sitaki siasa ya ujamaa na kujitegemea, ingawa gari nilikuwa nalo kabla ya Azimio la Arusha. Nililiuza. Alikataa yeye kutumia gari aina ya Rolls Royce la serikali mpaka awe na viongozi wageni kutoka nje.

Kuliuza gari ilikuwa hatua ya kwanza kutekeleza ushauri huo mzuri kutoka kwa Mwalimu Nyerere. Hatua ya pili ni kwamba nilizitumia fedha hizo kwa kumlipa mkandarasi wa kufyatua matofali ya saruji kijijini kwetu Makwa, Wilaya ya Bunda, Mkoa wa Mara kiasi cha kutosha hata kujenga nyumba mbili. Nilitayarisha ramani ya nyumba hapa Dar es Salaam, lakini kutokana na kuishi kwangu Dar es Salaam kikazi, sikuweza kupata wajenzi na mtu wa kusimamia ujenzi huko kijijini kwa niaba yangu. Kwa hiyo, wakati niko na Mwalimu Nyerere akiwa kwao Butiama Musoma kwa mapumziko mafupi wakati wa Krismasi miaka ya 1970, kipindi ambacho pia askari wa Jeshi la Kujenga Taifa (JKT) walikuwa wanajenga Zahanati ya Butiama, nilimweleza Mwalimu Nyerere shida yangu kuhusu ujenzi wa nyumba na kutaka kujua iwapo pana uwezekano ujenzi huo kufanywa na JKT. Aliuliza uongozi wa JKT, wakakubali. Niliwapa ramani ya nyumba, wataalamu wao wa ujenzi wakafanya mahesabu ya gharama za ujenzi, tukakubaliana, mkataba ukatayarishwa, ujenzi ukaanza. Walipomaliza kazi yao, nilikabidhiwa nyumba yangu na kufanya mji wangu kijijini uwe na sura mpya. Namshukuru sana Afande Shungu wa JKT aliyekuja kunikabidhi jengo hili. Aidha, shukrani zangu siyo haba kwa Afande Peter Masheura na wenzake wote waliojenga nyumba hii kutoka hatua ya msingi hadi kukamilika.

Yeye mwenyewe Mwalimu Nyerere ameongoza nchi hii kwa muda mrefu lakini kadri ninavyofahamu, hakuweza kumiliki hata gari moja hadi anang'atuka kutoka ngazi ya urais wala hakujifunza kuendesha gari, bali alijua kuendesha baiskeli.

Kupanda gari la zima moto

Mwalimu Nyerere alikuwa hana makuu. Kwa mfano kuna wakati mara baada ya uhuru akiwa Waziri Mkuu alihitaji kwenda kupumzika kidogo katika Ikulu ndogo ya Lushoto Tanga. Hapakuwa na usafiri wa ndege maalum ya Waziri Mkuu; alikuwa akitumia ndege ndogo za serikali. Wakati mwingine tulipanda zile za injini moja tu, kubwa yake ikawa ile ya injini mbili ambayo aliendelea kuitumia mpaka serikali iliponunua Jet ndogo iliyojulikana kama CCM 1 miaka ya 1970.

Tulitoka Dar es Salaam kwa ndege ya injini moja, rubani akiwa Mzungu kama ilivyokuwa wakati huo, abiria akiwa Mwalimu Nyerere na mimi. Kabla ya kuondoka Dar es Salaam tulihakikishiwa kuwa huko kwenye uwanja mdogo wa ndege Mombo, tungekuta usafiri wa kumchukua Waziri Mkuu. Tulipofika Mombo hapakuwa na gari la kutuchukua wala watu wa kutupokea isipokuwa wafanyakazi wa uwanja huo na gari lao la zima moto!

Tulingoja kwa muda wa dakika kama 20 pale uwanjani bila kuona wenyeji wetu toka Tanga wala gari la kutuchukua. Waziri Mkuu aliniambia niwaombe watu wa gari la zima moto kama lingeweza kutuchukua,wakakubali, tukapanda kuelekea Lushoto. Tulibanana mbele ya gari hilo kwa kuwa Mwalimu Nyerere hakutaka mimi nining'inie nyuma ya gari lile bovu. Hapakuwa na ulinzi mwingine njiani mbele au nyuma ya gari hilo mbali na mimi. Tulipofika karibu nusu ya safari kabla ya kuwasili Ikulu ndogo Lushoto, ndipo gari la polisi aina ya Land Rover Short Chassis lilipoonekana likija nyuma yetu likionyesha ishara ya kutusimamisha. Lilipofika tulihama toka gari la zima moto tukaingia katika gari hilo bovu la polisi hadi Ikulu ya Lushoto. Alikuwamo afisa wa polisi Mwafrika katika gari hilo na dereva wake pamoja na askari wachache.

Kuhusu tukio hili, Mwalimu Nyerere alisema tusishangae kwa sababu shughuli nyingi wakati huo zilikuwa bado zimo mikononi mwa maofisa wa kikoloni na kwamba kadri siku zilivyokwenda mbele mambo yangebadilika. Hii inaonyesha jinsi Mwalimu Nyerere alivyokuwa kiongozi asiye na makuu, hata mara baada ya kuchukua madaraka ya kuiongoza Tanganyika. Mwalimu Nyerere hakutaka wahusika wa tukio hilo wachukuliwe hatua. Ndiyo, sababu hakutaka kuitwa mtukufu wala sanamu yake ijengwe katika mitaa ya jiji la Dar es Salaam, akieleza kuwa lile la askari wa vita katikati ya jiji linatosha. Kwamba sanamu lake linaweza kuvunjwa na wengine yeye akiachia madaraka.

Aliniambia turudipo Dar es Salaam nisimwambie yeyote kuhusu uzembe na dharau iliyoonyeshwa kwake na viongozi wa Tanga siku hiyo.' Sikumwambia mtu mwingine tuliporudi Dar es Salaam kutoka Ikulu ndogo ya Lushoto.

Uadilifu wa kiwango cha juu

Miaka ya 1960 baada ya uhuru, palitokea watu kulipwa masurufu au kabla ya wanapofuatana na Mwalimu Nyerere katika safari za mialiko katika nchi rafiki za nje ambako gharama karibu zote kama za chakula, na malazi zililipwa na nchi hizo kwa wajumbe wote waliokuwa katika msafara huo toka hapa nchini. Mwalimu Nyerere alipodokezwa kuhusu malipo hayo ya masurufu kwa wale katika msafara wake aliagiza iandikwe sekula pesa hizo zote zirudishwe mara moja na wahusika katika serikali na chama kwa kukatwa kutoka katika mishahara yao. Alisema malipo kama hayo ni sawa na mtu kulipwa mara mbili; kitendo ambacho alisema siyo tu hakifai katika nchi masikini ambayo ni omba omba kama hii, bali pia ni ubadhilifu au matumizi mabaya ya fedha za umma. Aidha wafanyakazi waliolipwa masurufu kwa safari za kawaida, pamoja na yeye, pesa zisizotumika safarini zilikuwa zinarudishwa serikalini wakati wa uongozi wake. Pesa zilizotumika maelezo yalitolewa pamoja na stakabadhi za matumizi. Alikuwa muadilifu wa kiwango cha juu.

Kutopenda uonevu au mtu kunyimwa haki yake

Wakati wa mapumziko yake kijijini kwao Butiama miezi ya Desemba kwa sikukuu ya Kristmas alipokuwa hayuko nje ya nchi au hana kazi nyingi mjini Dar es Salaam, Mwalimu Nyerere alipata muda wa kupumzika nyumbani kwao na wakati mwingine kusikiliza malalamiko ya wananchi dhidi ya vyombo vya serikali na mengine aliyoona kuwa anaweza kusaidia kuyatatua akiwa hapo Butiama.

Siku moja katika moja ya mapumziko hayo miaka ya 1970, mama mmoja alikuja kulalamika kwake kuwa Hakimu wa Mahakama ya Mwanzo sehemu fulani Musoma Vijijini alimwachia huru mwizi aliyeiba ng'ombe wake ingawa yeye mlalamikaji alikuwa na ushahidi wa wazi kabisa ambao hata askari Polisi aliyepeleleza kesi hiyo aliiambia Mahakama kuwa ng'ombe walioibiwa walikuwa wake japokuwa walichinjwa na ngozi kufukiwa chini ya ardhi lakini zilipofukuliwa zikaoshwa zikiwa bado kuharibika, mlalamikaji alitambua rangi za ng'ombe wake kwenye ngozi hizo na jirani pia wakathibitisha ushahidi wake.

Mwalimu Nyerere alimtuma Kamanda wa Polisi aliyekuwapo hapo kwa ulinzi kwenda kumtafuta hakimu huyo pamoja na askari aliyepeleleza kesi hiyo. Baada ya ushahidi wa askari kuunga mkono ule ushahidi wa mlalamikaji ambaye alikuwa na umri kati ya miaka 50 – 65 hivi; Hakimu alitakiwa yeye aeleze vipi alimwachia huru mhalifu. Katika kutetea msimamo wake wa kuachia mshtakiwa huru, Hakimu huyo alisema mlalamikaji hakujua siku, tarehe na mwezi ambao ng'ombe wake waliibiwa. Aliulizwa na Mwalimu Nyerere kama mama huyo kutokana na umri wake asingeweza kulingana na mama yake mzazi, Hakimu akakubali., Hakimu aliulizwa tena kama mama yake mzazi alijua kusoma na kuandika, akajibu hakujua. Aliulizwa kwa nini mama yake hakujua kusoma na kuandika? Hakimu hakutoa jibu.Hapo nilijua hakimu huyo atamwaga unga.

Hakimu aliposhindwa kujibu swali hili, Mwalimu Nyerere akamweleza kuwa kutokujua kusoma na kuandika kwa mama yake, pamoja nahuyo mama mlalamikaji halikuwa kosa lao; bali ni kosa la wakoloni. Akamwambia hakimu kuwa kwa sababu alimnyima mlalamikaji haki yake kwa misingi ya kutokujua kusoma na kuandika, akapendelea mhalifu ndiye akampa haki katika kesi hiyo, yeye kama rais anamfukuza kazi wakati huo. Akijitetea, hakimu huyo aliomba msamaha kwa kuwa alikuwa na mke na watoto saba. Mwalimu Nyerere akamjibu kuwa Watanzania wote walikuwa wakimtegemea pamoja na hakimu huyo akiwa mmoja wao. Alitaka kujua nani alikuwa na mzigo zaidi kati yao wawili. Alisema arudipo Dar es Salaam angemwita na kumweleza aliyekuwa Jaji Mkuu wakati huo Agustino Said, hatua hizo alizochukua dhidi ya hakimu huyo Jaji Augustino Saidi alifariki baada ya kustaafu.

Hakutaka ulinzi mkubwa

Hayati Mwalimu Julius K. Nyerere kama nilivyosema awali hakupenda kuwekewa ulinzi mkubwa siyo katika Ikulu kubwa ya Dar es Salaam tu, lakini hata Ikulu ndogo Msasani, Mikoani na kijijini kwao Butiama.

Miaka ya 1960 baada ya nyumba yake binafsi kumalizika kujengwa maeneo ya Msasani, Dar es salaam alihama Ikulu kwenda katika nyumba yake binafsi, siyo tu kuacha Ikulu pabakie mahali pa ofisi yakekwa kazi za serikali na kupisha nafasi ya kufikia viongozi wenzake wa nchi toka nje, bali pia alitaka kuachana na mipango ya ulinzi mkubwa ambao alikuwa amelalamika kwa muda mrefu kuwa unafanana na kumuweka jela.

Aliudhika kuona mipango ya ulinzi huko nyumbani kwake Msasani ulikuwa kama wa Ikulu alikotoka. Alivumilia kwa muda fulani, lakini kama nilivyokwisha kusema huko nyuma siku moja katika miaka ya 1970 aliporudi toka Addis Ababa Ethiopia kuhudhuria kikao cha OAU akakuta Kamati ya Ulinzi na Usalama inayohusika imeagiza pajengwe wigo wa pili wa nyaya nje ya ule wa awali ili kuimarisha ulinzi hapo Msasani, uvumilivu wake ulifika mwisho, hasa alipoelezwa kuwa hata njia ya kutoka nyumba ya jirani iliyotumiwa nawageni wake pia palikuwa pametengwa na kuwekwa geti lenye kufungwa kwa kufuli kusudi watumiao hiyo nyumba wawe wanafunguliwa na ofisa wa usalama.

Kwa kufahamu kuwa mimi ndiye nilikuwa kiongozi wa ulinzi wake na wengine waliopewa ulinzi wa aina hiyo, aliagiza niitwe mara moja. Nilimkuta katika ofisi/maktaba yake binafsi hapo Msasani, miwani ya kusomea alikuwa ameiteremsha hadi juu ya ncha ya pua yake kusudi anione vizuri. Kutokana na uzoefu wangu na kumuelewa vizuri katika hali ya namna hiyo, nilifahamu kuwa hali ya hewa haikuwa nzuri, ingawa sikujua aliniita kwa nini.

Baada ya kuniambia nikae kitini, alitaka kujua mara moja kwa nini mipango kama hiyo tuliifanya katika mji wake binafsi wakati yeye akiwa Addis Ababa, Ethiopia na bila kupata idhini yake kwanza. Bila kungoja maelezo yangu aliniamru mimi na vijana wangu waliokuwa kazini hapo tukang'oe wigo huo wa pili haraka siku hiyo hiyo. Ulikuwa ni wavu wa nyanya. Ingawa nilielewa wazi kwamba tamko lake hilo lilikuwa amri ya kutekelezwa mara moja kinyume cha hivyo ni moja kwa moja kwenda na maji, ilikuwa lazima mawazo yangu yaende katika mafunzo ya kufikiri haraka na kutoa jibu haraka (*quick think and deduction*). Nilimwambia nilikuwa tayari kutekeleza amri yake, lakini nilimwomba anipe fursa nimweleze kabla ya kwenda kung'oa wigo huo, akakubali, ilikuwa saa za jioni.

Nilimweleza kuwa mimi nilikuwa natekeleza maamuzi ya Kamati ya Ulinzi na Usalama ambayo wanakamati wake alikuwa anawafahamu wote, hivyo nilimsihi niwaarifu kwanza waje wamweleze kwa nini walifikia maamuzi hayo. Akakubali, lakini akasema geti la upande wa baharini toka siku hiyo libakie wazi. Nilimwomba hili la upande wa bahari liwe na utaratibu tofauti kutokana na sababu ambazo nilimweleza, akakubali.

Hali ya hewa ilirudi kama kawaida nikamuaga na kutoka nje, sikwenda na maji. Tuliwaarifu Kamati ya Ulinzi na Usalama. Baba wa Taifa alikuwa na silika ya kishujaa na ujasiri, hivyo kumshauri kuhusu jambo asilotaka kulihitaji mtu asiye mwoga na awe mkweli. Alihamia nyumbani kwake Msasani kuachana na ulinzi alioufananisha na kuwa jela huko Ikulu, jambo ambalo hakutaka liendelee nyumbani kwake binafsi Msasani lakini akakuta huko pia mambo ni kama yale yale. Ulinzi ulimfanya nyumba hiyo airudishie serikali na kuwa Ikulu ndogo kwa vile alikuwa ameijenga kwa pesa za mkopo wa serikali kabla ya Benki ya Nyumba. Kama nilivyosema awali mkopo huo ulijulikana kama *"Civil Servant Revolving Housing Loan Fund"* ambao serikali yake ilianzisha ili wafanyakazi wa serikali wajenge nyumba zao binafsi kufuatia upungufu wa nyumba za serikali hasa jijini Dar es Salaam. Alipostaafu, serikali ilimrudishia nyumba hiyo, hivyo siyo Ikulu Ndogo tena.

Kijijini kwao Butiama

Wakati wa kipindi changu cha kazi hii katika miaka ya 1960 na 1970, Mwalimu Nyerere hakutaka kuona ulinzi wa askari wa sare wala hema lao katika eneo la uwanja wa nyumba yake ya zamani kabla hajahamia Mwitongo Butiama katika nyumba mpya. Ilibidi hema ling'olewe na askari wa sare waende katika viwanja vya Shule ya Msingi jirani na eneo la mji wake. Hata bendera ya Rais hakutaka ipepee kwenye mlingoti kati kati ya uwanja wa nyumba yake. Tulimshauri kwamba bendera hiyo isiteremshwe kwa sababu huo ni utaratibu wa kimataifa, alikubali kwa shingo upande.

Alikataa familia yake kulindwa rasmi

Mara baada ya kuwa kiongozi wa nchi, Mwalimu Nyerere alishauriwa lakini akakataa familia yake isipewe ulinzi rasmi kwa maelezo kwamba uongozi wake ulikuwa wa kisiasa ambao una kikomo, tofauti na uongozi wa kifalme au usultani ambao watoto wa viongozi hao hurithi nafasi za wazazi wao wanapoachia madaraka hayo ya uongozi kutokana na kifo au sababu nyingine hivyo watoto hupewa ulinzi kwa vile ni watawala watarajiwa. Alikubali mkewe apewe msaidizi wa kike siyo kama mlinzi wa kusafiri naye katika msafara wa magari na ving'ora. Watoto wao pia walikwenda shule bila ulinzi kama wanafunzi wengine katika shule walizokuwa.

Kamishna wa Polisi mwananchi wa kwanza

Kamishna wa Polisi mzungu niliyemkuta wakati naajiriwa alikuwa Bwana Foulger. Alipotoka alikuja Geoffrey Wilson ambaye alikuwa Kamishna Muingereza wa mwisho kuongoza Jeshi la Polisi Tanganyika, kwa kuwa baada ya uhuru nafasi yake ilichukuliwa na kamishna mwananchi Elangwa Shaidi; kamishna mzuri sana, msikivu wa shida za waliokuwa chini yake na aliyependa kuzitatua mara moja kama zilikuwa katika uwezo wake. Alionyesha nidhamu na maadili safi katika jeshi. Mkurugenzi niliyemkuta wakati nahamishiwa Special Branch alikuwa Ian Paton. Baadaye alihamishiwa Uganda, nafasi yake ikajazwa na Mike Hannington. Hannington alipotoka kaimu mkurugenzi akawa ni aliyekuwa mkuu wangu wa kazi wakati niko Special Branch Mwanza, W.P. Mathieson.

Mfano mzuri wa uongozi wa Kamishina Elangwa Shaidi ni mwaka 1962. Wakati ule kama ofisa nilistahili kuomba na kupewa mkopo wa kununua gari. Hata hivyo Watson Mzungu aliyekuwa staff officer, Makao makuu ya Polisi alinikatalia kwa madai kuwa ilikuwa ya bei kubwa mno, wakati mimi nilikuwa nimekwishafanya mpango na Meneja wa kampuni ya D.T. Dobie niwarudishie gari langu dogo aina ya DKW ili thamani yake iongezwe kwenye fedha za mkopo kukamilisha bei ya gari niliyokusudia kununua. Wakati huo ndipo programu ya Afrikanaizesheni ilipokuwa ikienda kwa kasi na Watson alikuwa na uchungu akifahamu kuwa muda si mrefu naye angekumbwa na sera ya wazungu kuwaachia Waafrika madaraka.

Kwa kuwa *Special Branch* ilikuwa bado ni moja ya matawi katika jeshi la polisi chini ya kamishna wa polisi, nilikwenda kumweleza kamishna wetu wa polisi Elangwa Shaidi ambaye alimwagiza msaidizi wake Watson atoe mkopo huo kwangu mara moja. Baada ya kupewa mkopo ule nikanunua gari lile likapewa namba za usajili T5067. Baada ya kuzaliwa kwa Azimio la Arusha mwaka 1967 magari ya aina hii yalikuwa miongoni mwa vitu ambavyo vilitajwa na Mwalimu Nyerere kuwa vitu vya anasa katika nchi masikini kama yetu, ingawa nilinunua gari hili kihalali kabla ya Azimio la Arusha. Kwa sababu hizo, kama nilivyosema huko nyuma, ilibidi niliuza gari lile na fedha nilizopata nikazitumia kujenga mji wangu kijijini Makwa, Bunda, Mkoa wa Mara

Mkurugenzi wa kwanza mwananchi idara ya usalama ya taifa

Wakati wa kilele cha programu ya Afrikanaizesheni mwaka 1962, aliyekuwa mmoja wa maofisa wa polisi katika Special Branch kwa muda mfupi, E.C. Mzena, aliteuliwa na Mwalimu Nyerere kuwa Mkurugenzi kuchukua nafasi ya W.P. Mathieson, aliyekuwa anakaimu nafasi hiyo kabla ya kuondoka kwenda kwao. Kwa hiyo wakati Special Branch inavunjwa mwaka 1963, E.C. Mzena aliyejiunga na Jeshi la Polisi kama Ispekta tangu miaka ya 1950 alikuwa Mkurugenzi wa kwanza na mmoja wa waasisi wa idara mpya ya Usalama wa Taifa ambao ni pamoja na mimi kabla nafasi hiyo ya uongozi wa juu wa Idara kubadilishwa kuwa Mkurugenzi Mkuu mwaka 1973 Mzena alipostaafu. Alifariki miaka ya 1990 akiwa mmoja wa wafanyabiashara. Mzena alikuwa mchapakazi hodari sana aliyesimamia nidhamu na maadili ya kazi katika idara bila kuyumba na bila woga. Alikuwa kama Edgar J. Hoover, aliyekuwa Mkurugenzi wa Shirika la Upelelezi la Marekani *Federal Bureau of Investigation* (F.B.I) kati ya miaka ya 1950 na 1960.

Kuhudhuria tena masomo nchi za nje

Wakati wa uongozi wa Mzena mimi na ofisa mwingine, Benard Masanja Omari ambaye sasa ni marehemu tulichaguliwa kwenda London tarehe 22 Septemba 1962 kwenye mafunzo kuhusu mambo ya Usalama wa Taifa. Tulipokuwa London tuliishi pamoja Nofork Square, Paddington. Kabla ya kumaliza mafunzo tulikwenda kufanya kazi kwa muda Birmigham, ambao ni mji wa pili kwa ukubwa Uingereza. Hii ilikuwa safari yangu ya pili Uingereza baada ya safari ya kwanza nilipokwenda na Lawrence Gama katika chuo cha Metropolitan mwaka 1960.

Tarehe 22 Oktoba 1963 nikiwa Mrakibu Mwandamizi wa Polisi *(Senior Superintendent of Police)* pamoja na ofisa mwingine Mratibu Msaidizi Mwandamizi wa Polisi toka *Special Branch*, Upton Zachariah Nyondo tulichaguliwa kwenda Marekani kuhudhuria mafunzo maalumu kuhusu ulinzi wa viongozi wa nchi na watu mashuhuri (VIP) katika chuo cha *International Police Services Academy*, Washington D.C. Wakati wa mafunzo hayo tulikwenda Makao Makuu ya Umoja wa Mataifa, New York, *Metropolitan Dade County, Public Safety Department*, Miami Florida, *New York Port Authority, FBI Quantico Virginia*, Washington DC.

Kifo cha Rais John F. Kennedy

Wakati niko mafunzoni, Rais John F. Kennedy alipigwa risasi Dallas, Texas na Lee Harvey Oswald tarehe 22 Novemba 1963 na kufariki papo hapo. Oswald, alikuwa Mmarekani mwenye asili ya Urusi. Wakati yeye pia akiwa bado mikononi mwa polisi alipigwa risasi na Jack Ruby tarehe 24 Novemba 1963 akafariki. Makamu wa Rais wakati huo Lyndon B. Johnson aliyekuwa katika msafara pamoja na Rais Kennedy aliapishwa siku hiyo hiyo kuwa Rais wa Marekani akiwa katika ndege ya Rais *Air Force One* wakati ikirudisha mwili wa marehemu Rais Kennedy Washington. Mauaji hayo yalikuwa fundisho kubwa sana kwangu kwa kuelewa uzito na umuhimu wa kazi ya kulinda viongozi wa nchi iliyokuwa ikinisubiri nyumbani pindi nimalizapo mafunzo hayo. Wakati wa kifo cha Rais Kennedy taifa letu lilikuwa na umri wa miaka miwili tangu lizaliwe kipindi ambacho mimi na wale wote waliokuwa wakinisaidia katika kazi hii, hatukuwa na uzoefu wa kutosha kukabiliana na janga kama hilo la kifo cha Rais. Mbinu aliyotumia Oswald ilikuwa kuvizia msafara wa Rais Kennedy kabla haujapita katika barabara aliyokuwa amepangiwa, akajificha ghorofa ya tatu katika jengo la maktaba kando ya barabara ulikopita msafara wa Rais Kennedy. Oswald akiwa na bunduki yenye darubini aliweza kuona vizuri gari kubwa la Rais ambalo kwa bahati mbaya kabisa Rais Kennedy mwenyewe ilisemekana baada ya kifo chake kuwa alikuwa ameagiza liachwe wazi juu ili aweze kuona wananchi waliojitokeza kumwona akipita, akiwa nyuma ya gari hilo na mkewe Jackeline. Oswald alilenga bunduki yake kichwani kwa Rais Kennedy na risasi ikampiga Rais Kennedy pale pale kichwani. Jitihada zilifanywa kumfikisha katika hospitali ijulikanayo kama Portland Hospital lakini ingawa alifikishwa akiwa bado yuko hai, alifariki dakika chache baada ya kufikishwa hospitali hiyo. Mauaji haya yalileta hofu na simanzi kubwa duniani kote hasa kwa wageni kama sisi, lakini mipango ya usalama iliimarishwa chini ya Amiri Jeshi Mkuu na Rais mwingine wa Marekani Lyndon B. Johnson.

Kujipanga upya kwa mapambano ya kazi

Baada ya kurudi nyumbani tarehe 23 Desemba 1963, mwenzangu Upton Z. Nyondo ambaye alikuwa ni wa pili kwangu katika uongozi wa kitengo cha ulinzi wa viongozi wa nchi hapa petu, alihamishwa na kurudi upande wa unifomu. Katika hali hii, ilikuwa lazima nijipange upya zaidi jinsi gani nitakavyoweza kukabiliana na changamoto za kazi hii muhimu nikiwa pekee niliyefundishwa Marekani mbinu mbalimbali kuhusu jinsi ya kulinda viongozi wetu baada ya Nyondo kuhamishwa.

Rais Kennedy ambaye alitoka Boston, Marekani wakati wa uongozi wake aliwahi kusema kuwa, 'Uliza jambo unaloweza kuifanyia nchi yako na siyo jambo ambalo nchi yako inaweza kukufanyia." Mimi sikuwa nimeomba kufanya kazi hii wakati wa ukoloni na baada ya uhuru, lakini nilichaguliwa na kukubali kama sehemu ya kuitumikia nchi yangu. Kwa hiyo baada ya kurudi nyumbani kutoka Marekani nilizingatia kwa makini sana yale yote niliyofundishwa kuhusu jinsi ya kumlinda kiongozi wetu wa nchi wa kwanza na mashuhuri sana hapa na nje, Mwalimu Julius K. Nyerere aliyeapishwa kuwa kiongozi wa kisiasa mwenye Kofia tatu; kama

Mwenyekiti wa TANU, chama kilichopambana na ukoloni tangu miaka ya 1950 na kuung'oa. tarehe 9 Desemba 1961, Waziri Mkuu wa kwanza Tanganyika na hatimaye Rais wa kwanza wa Jamhuri ya Tanganyika na Amiri Jeshi Mkuu wa kwanza mwenye mamlaka ya kutoa amri majeshi ya nchi yake yaingie vitani. Nguzo kubwa ya kofia zote tatu hizo ni maisha pacha, yaani maisha aliyopewa na Mwenyezi Mungu na maisha ya kiasa ambayo ndiyo yanamuwezesha kutekeleza majukumu yake ya kisiasa kwa hiyo lazima yote yalindwe. Katika kofia tatu hizo alizokuwa amevishwa na taifa, kofia ya tatu, ile ya Uamiri Jeshi Mkuu ilijitokeza ghafla kuwa na matatizo makubwa baada ya uhuru. Kiulinzi na usalama ndiyo inayompa mamlaka ya kuamuru wanajeshi wapigane vita na adui yeyote bila wao kupinga au kurudi nyuma wakijua kuwa amri hiyo ina maana waende wakaue adui, wakijua vilevile kuwepo kwa uwezekano wa kupoteza maisha yao. Maasi ya wanajeshi tarehe 20 Januari 1964 ndilo tatizo kubwa la kwanza lililomkabili kama Amiri Jeshi na Baba wa Taifa kama itakavyoelezwa baadae.

Changamoto ya Kwanza

Maasi ya askari wa *Tanganyika Rifles* Januari, 1964
Operesheni Magogoni

Maandalizi ya ulinzi wa watu mashuhuri kama, ilivyoelezwa huko nyuma, ni hatua ambazo huchukuliwa kwa nadharia kuzuia tukio lisitokee na huwa zimo katika utaratibu wa kazi za siku hata siku tofauti na yale matukio ya ghafla au dharura, yanayohitaji hatua za kuyazuia kwa vitendo halisi wakati huo huo yatokeapo bila kuwapo muda wowote wa maandalizi au mipango mizuri ya awali ya kuyazuia yasitokee.

Wakati wa dharura ulinzi wa watu mashuhuri hatua kwa vitendo halisi ndizo muhimu sana badala ya nadharia kusudi adui asitekeleze kwa urahisi kitendo chake kibaya alichopanga kufanya dhidi ya mtu mashuhuri aliyelengwa.

Kwa muda niliokuwa katika kazi hii ya ulinzi wa viongozi wa nchi tangu 1961 – 1973; tukio moja kubwa ambalo hadi sasa bado nalikumbukamimi pamoja na wananchi waliokuwapo wakati huo wakilitakia mema taifa letu changa, ni maasi ya baadhi ya askari wa *Tanganyika Rifles (TR)* usiku wa tarehe 20 Januari 1964.

Hili ndilo tukio lililogeuza ghafla utendaji kazi wangu wa kinadharia kuhusu jukumu hili na kuwa vitendo kamili kwa vile maasi hayo yalitokea ghafla bila mipango yao kufahamika katika vyombo vinavyohusika ambavyo ni idara niliyokuwa, pamoja na polisi. Kwa hiyo hapakuwapo na hatua au mipango yeyote iliyokuwa imeandaliwa kuzuia maasi hayo yasitokee, hivyo wahusika katika mipango hiyo ya maasi hawakufahamika mapema mpaka walichopanga kikakamilika na maasi yakaanza.

Maasi hayo tayari yameandikwa kwanza na Jeshi la JWT lililochukua nafasi ya TR walioasi,katika kitabu chao kwa lugha ya Kiingereza chenye jina la *"Tanganyika Rifles Mutiny"*, *January, 1964*, baada ya Mwalimu Julius K. Nyerere aliyekuwa Rais wa Nchi na Amiri Jeshi Mkuu wa kwanza kuwapa idhini mwaka 1985 kabla ya kung'atuka kwake toka kwenye Urais, ili wafanye utafiti wa kina waandike kitabu kuhusu maasi hayo.

Aidha mtu aitwaye Eugine Maganga miaka ya karibuni aliandika kwa mfululizo kuhusu maasi haya katika gazeti la Rai akielezea kesi hiyohiyo ya maasi jinsi ushahidi ulivyotolewa katika Mahakama ya Kijeshi *(Military Court)* ambapo washtakiwa 15 katika kesi hiyo, walipatikanana hatia wakahukumiwa kufungwa jela, kipindi kirefu kikiwa miaka 15.

Mwaka 2011 tena katika Gazeti la Raia Mwema toleo la tarehe 2 na tarehe 10 Novemba 2011, mmoja wa waandishi maarufu wa habari hapa nchini Joseph Mihangwa, aliandika makala kuhusu maasi hayo kichwa cha habari kikiwa, Nani Alichochea Jeshi Kuasi Mwaka 1964"

Kwa kuwa kama nilivyosema awali, serikali ilichukua hatua baada ya maasi hayo na waliohusika wakakamatwa, wakafikishwa mahakamani wakahukumiwa na kupewa adhabu, katika kitabu hiki nitaelezea jukumu lililonikabili mimi siku hiyo ya maasi yaliyotokea takribani miaka 48 sasa tangu wakati huo. Kutokana na aina ya usafiri niliotumia, kazi niliyofanya usiku huo wa maasi niliipa jina la Operesheni Magogoni. kwa sababu pantoni yenye jina hili ndiyo nilitumia kuvuka nikiwa na viongozi wa nchi kwenda mahali nilipoona watasalimika. Wakati huo pantoni hii ilikuwa inaendeshwa kwa kutumia boti mbili zenye injini *(tugboats)* moja kila upande. Kivuko hiki hakiko mbali sana toka Kasri la Ikulu, na pia hakiko mbali na jengo lillilokuwa Makao Makuu ya *Tanganyika Rifles* wakati huo eneo hilo la Magogoni mkabala na lango la kuingia ofisi ya Waziri Mkuu, kabla ya kuhamishiwa Upanga, ambapo sasa yanaitwa ''Ngome.''

Kufikiri haraka na kutoa maamuzi sahihi

Wakati wa matukio ya dharura, kama ilivyokuwa wakati wa tukio hili la maasi ya askari wa TR mwaka 1964, mafanikio kwa upande wa chombo cha ulinzi wa viongozi wa nchi au watu mashuhuri hutegemea kwa kiasi kikubwa uwezo wa kazi wa ofisa mwenye jukumu au wajibu kutoa maamuzi kuhusu hatua sahihi za dharura zinazohitajika kuchukuliwa kwa haraka katika hali ambapo hapakuwa na taarifa ya hali ya hatari wala mipango ya awali ya usalama iliyoandaliwa, ikizingatiwa pia kwamba maasi hayo yalitokea usiku.

Jukumu hili lilikuwa moja kwa moja langu usiku huo, siyo kukaimiwa na mtu mwingine, au kuelekezwa hatua za kuchukua,hivyo niliyaweka mafunzo ya kufikiri haraka na kutoa jibu katika vitendo, badala ya nadharia ya kusoma vitabuni na kufanya mazoezi ya darasani au mahali pengine kama tulivyofundishwa Uingereza na mhadhiri wa mafunzo yetu Mr. Andrew Frew, mwaka 1960 katika chuo cha *Metropolitan Police Training College*, Hendon, London; pamoja na mafunzo mengine kama hayo lakini kwa kina zaidi kuhusu ulinzi wa viongozi wa nchi katika chuo cha International Police Services Academy, Washington DC, Marekani, mwaka 1963, chini ya usimamizi wa aliyekuwa Rais wa chuo hicho Mr. Frank J. Holmes. Hiki ndicho chuo kilichoniandaa kupambana na matukio kama haya, hasa baada ya kuona Rais John F. Kennedy wa nchi hiyo ya Marekani anauawa kwa kupigwa risasi kichwani na Lee Harvey Oswald aliyetumia bunduki yenye darubini *(telescope)* wakati Rais Kennedy akiwa ndani ya gari la wazi juu mjini Dallas, Texas, tarehe 22 November 1963, wakati nikiwa katika chuo hiki.

Hata hivyo, mbali na umuhimu wa kupewa mafunzo pamoja na kuwapo vitendea kazi vinavyohitajika, lakini mtu mwenye jukumu hili kubwa anatakiwa awe pia na uwezo mkubwa siyo tu wa kufikiri, lakini pia kutambua kwa haraka mianya inayoweza kujitokeza mahali popote pa kazi yake ili mianya hiyo iweze kuzibwa haraka kuzuia mtu au watu wenye nia mbaya wasiitumie kujipenyeza na kufanya vitendo vibaya kwa watu mashuhuri aliopewa jukumu la kuwalinda, ikizingatiwa wakati wote kuwa maadui nao ni binadamu hivyo hutafuta mianya kama hiyo waweze kutekeleza nia zao mbaya. Zaidi ya hayo, lazima afahamu njia ya kuwatoa viongozi eneo la hatari na kuwapeleka mahali salama.

Kutojulikana kwa mipango ya maasi

Wataalamu wa masuala ya usalama wanasema kupatikana mapema kwa taarifa za kiusalama kuhusu tukio linalotarajiwa kutokea ni jambo zuri zaidi kwa sababu taarifa hizo zitawezesha mipango mizuri ifanyike mapema kuzuia tukio baya tarajiwa lisitokee. Kwa hiyo faida ya taarifa siyo tu uelewa wa jambo au tukio fulani baya linalotarajiwa kutokea lakini pia zinakipa uwezo mkubwa chombo husika cha usalama kupanga na kukabiliana jinsi inavyotakiwa na tukio linalotarajiwa kutokea ikiwa ni pamoja na kuandaa njia nzuri ya kuwatoa viongozi wa nchi katika eneo lenye matatizo na kuwapeleka mahali pa usalama zaidi palipoandaliwa mapema siyo kama ilivyokuwa tarehe 20 Januari 1964. Laiti kama taarifa zingekuwapo na mipango ikaandaliwa ipasavyo, hatua nilizochukua usiku huo peke yangu lingekuwa ni kosa kubwa la kustahili mimi ama kufukuzwa kazi mara moja au kushtakiwa.

Kwa bahati mbaya kabisa, kutokana na sababu nitakazoeleza hapa chini, hapakuwapo na taarifa za kiusalama kuhusu mipango ya maasi hayo. Kwa hiyo bila sababu hizi kuelezwa, maswali ya kwa nini mipango ya maasi hayo haikufahamika mapema kwa vyombo husika yataendelea kuulizwa bila jibu la kuridhisha kutolewa hivyo kuvifanya vyombo husika vionekane kama kwamba vilishindwa kufanya kazi yake jinsi inavyotakiwa bila sababu. Ushahidi muhimu uliotolewa mahakamani ulipatikana baada ya waasi kukamatwa na kuhojiwa na vyombo husika vya dola siyo kabla ya maasi kutokea.

Kama pangetokea uzembe mkubwa wa kutojali kazi kwa upande wa vyombo husika, nina hakika Mwalimu Nyerere angechukua hatua kali dhidi ya viongozi, ngazi za juu katika vyombo hivyo kwa kushindwa kupata taarifa mapema. Sababu za kutopata taarifa hizo kwa maoni yangu ni kwamba:

i.   Baada ya zoezi la kuwapa madaraka wananchi waafrika *(Africanisation)* ili washike nafasi zilizokuwa zimeshikwa na wazungu; hawa wazungu walipotoka kwa wingi mwaka 1963, Idara ya Usalama wa Taifa pamoja na Jeshi la Polisi, ni miongoni mwa vyombo muhimu vya umma ambavyo kwa mara ya kwanza vilianza kuongozwa na wananchi, lakini kutokana na kasi ya msukumo wakisiasa kuhusu utekelezaji wa zoezi hilo, la kihistoria la *Africanisation* tangu uhuru kupatikana tarehe 9 Desemba 1961 hapakuwapo na muda wa kutosha kwa viongozi wapya Waafrika kuelekezwa jinsi ya kusimamia na kuendesha shughuli za vyombo walivyokabidhiwa kuongoza.

ii.   Waafrika, wakati huo walikuwa hawaruhusiwi kukaimu nafasi yoyote ya Mzungu kazini. Mzungu alipokuwa akitoka nafasi yake alikaimu Mzungu mwenzao au kwa nadra sana Mhindi. Huwezi kufundisha mtu hata kama ana akili kupindukia jinsi ya kupanda baiskeli kama huyo anayefundishwa hapandi baiskeli hiyo na kuanguka nayo. Zoezi hili la *Africanisation* lilipotekelezwa, wafanyakazi Wazungu katika serikali na mahali pengine, baadhi yao walichukia wafanyakazi Waafrika, na Waafrika nao walitaka hao Wazungu wawapishe haraka ili wao waafrika washike nafasi zilizokuwa mikononi mwa Wazungu, hata kama Waafrika walikuwa bado hawajapata uzoefu wa kutosha katika kazi hizo. Katika hali hii hapakuwapo utashi na nia nzuri kwa upande wa Wazungu waliokuwa wanaondoka kuonyesha kazi Waafrika kwani wengi wao walikuwa na hasira. Hata idadi kubwa ya maofisa wenye asili ya India nao programu ya *Africanisation* ilipowakumba, kama ilivyokuwa kwa wazungu, nao wengi waliondoka, kwenda ama Uingereza, Canada au nchi nyingine walikokuwa bado wanahitajika, bila kuwafundisha Waafrika.

iii. Kwa upande wa Idara ya Usalama wa Taifa, hii siyo tu kwamba ilipata Kiongozi mpya Mwafrika kama ilivyokuwa kwa upande wa Jeshi la Polisi, na vyombo vingine vya umma, lakini tofauti ni kwamba Idara hii iliasisiwa upya tarehe 8 Novemba 1963, kushika nafasi ya *Special Branch* ilipovunjwa. Hii ilikuwa chini ya Jeshi la Polisi wakati wa Ukoloni, ikiongozwa na Mkurugenzi Mzungu na ndiyo ilikuwa na majukumu ya mambo ya usalama wakati wa utawala wa Kikoloni. Wazungu walipoondoka ghafla hawakwenda na ujuzi wao tu bali pia miongozo na taratibu za utendaji kazi ilibidi zibadilike kulingana na mazingira mapya chini ya serikali ya Tanganyika huru, ikiongozwa na chama cha TANU ambacho ndicho serikali ya kikoloni ilikuwa inachunguza jinsi kilivyokuwa kinaongozwa na Baba wa Taifa pamoja na wanasiasa wenzake kabla ya uhuru, kwa madhumuni ya kutaka Tanganyika iwe huru. Ghafla wale watu ambao janaserikali ya kikoloni iliwaona wakorofi, ndio hao hao wakawa viongozi katika serikali yao mpya. Ilibidi majalada mengi ya kazi yaliyotumika wakati wa enzi ya Ukoloni yachomwe moto, mara baada ya uhuru na kabla ya zoezi zima la Africanisation kupamba moto.

iv. Kwa kuwa Idara ya Usalama wa Taifa iliasisiwa kwa mara ya kwanza, siyo kurithiwa, kama ilivyokuwa kwa upande wa vyombo vingine vya umma, ilikuwa lazima muundo mpya *(New structure)* utayarishwe huku kazi katika idara hii mpya zikiwa bado zinatekelezwa kufuatana namuundo pamoja na utaratibu wa zamani kabla ya kuvunjwa kwa *Special Branch*. Lakini kwa sababu viongozi wazungu wengi waliondoka ghafla bila kuwaelekeza vizuri viongozi wapya Waafrika waliochukua nafasi zao, mtandao wa kutafuta na kupata taarifa za kiusalama pia uliathirika kwa kiasi kikubwa sana kipindi hicho walipotoka Wazungu na Wahindi ambao ndiyo walikuwa wanaaminiwa zaidi kazini kuliko maofisa Waafrika wakati wa Ukoloni.

v.   Jeshi la Polisi pia, ingawa muundo wake kipindi hicho ulibaki ule ule mbali na kubadilika kwa Nembo ya Polisi na sare, nk Idara ya Upelelezi wa makosa ya jinai ambayo ilikuwa inawasiliana kwa karibu sana na kupeana taarifa za kikazi na *Special Branch* wakati wa ukoloni, nayo zoezi la *Africanisation* kwa kiasi kikubwa liliathiri mtandao wa kupata taarifa katika Idara hii.

vi.   Uhuru ulifurahisha wananchi Waafrika wa Tanganyika siyo wazungu waliowakilisha dola yao kutawala Tanganyika chini ya Baraza la udhamini la Umoja wa Mataifa. Kwa hiyo mpango wa Waafrika kushika madaraka ya kuongoza nchi yao wenyewe chini ya uongozi wa Mwalimu Julius K. Nyerere, ulikuwa kinyume cha mategemeo ya Wazungu kwa vile walidhani wasingerudi kwao katika muda mfupi kiasi hicho baada ya Uhuru,kwa sababu waliitawala Tanganyika kwa zaidi ya miaka 40. Katika hali hii, Wazungu, hata kama wangepata taarifa za kikazi kipindi hicho,wakati bado wapo wasingezifanyia kazi, au kuzipitisha kwa viongozi Waafrika katika sehemu husika

vii.   Katika hali kama hii, Jeshi jipya la *Tanganyika Rifles* lililochukua nafasi ya *King's African Rifles* (KAR) mara baada ya Tanganyika kupata uhuru likiwa chini ya uongozi wa Brigadia Mzungu Patrick S. Douglas, na Amiri Jeshi Mkuu mpya Baba wa Taifa Mwalimu Julius K. Nyerere, aliyechukua madaraka haya ya kikatiba badala ya Gavana wa Kiingereza; hata kama katika jeshi hilo palikuwa na Kitengo cha Usalama Jeshini kisingefanya kazi ya kupata taarifa ya baadhi ya askari wake kuandaa maasi hayo na kuzipeleka katika serikali inayoongozwa na Waafrika kwa vile bado lilikuwa na viongozi Wazungu watupu katika ngazi za juu ambao nao walijua au kuhisi kwamba muda si mrefu wangetolewa kama, ilivyokwishafanyika kwa wenzao katika Jeshi la Polisi na sehemu nyingine.

viii.   Jeshi la kikoloni la *King's African Rifles* nchini Tanganyika, chini ya uongozi wa Wazungu na Amiri Jeshi mkuu Mzungu, yaani Gavana, lilikuwa mpaka tunapata uhuru halina askari wa Jeshi lake ambao wangefanya maasi. Ndiyo pia sababu mpaka tunajitawala hapakuwapo Mahakama ya Kijeshi nchini Tanganyika ambamo kesi kama za askari waasi wa *Tanganyika Rifles* zingesikilizwa. Kwa hiyo, baada ya Askari waasi kujulikana na kukamatwa, hatua za kuwapeleka mahakamani zilichelewa hadi pale Bunge la wakati huo lilipofanya kikao cha dharura mwaka huo wa 1964 na kupitisha sheria ya kuwapo mahakama ya kijeshi (*Military Court*) ndipo wahusika wakafikishwa katika mahakama hiyo. Waliopatikana na hatia wakaadhibiwa kufungwa. Rais wa mahakama hiyo alikuwa Jaji Mkuu wa wakati huo Sir R. Windham Mzungu akisaidiwa na aliyekuwa Luteni Abdallah Twalipo ambaye sasa ni marehemu na Luteni Lucas Shaftael. Wakati huo palikuwa hakuna Tume ya kurekebisha sheria *(Law Reform Commission)* Abdallah Twalipo baadaye alikuwa mkuu wa Jeshi la Wananchi JWT kabla ya kufariki. Kabla ya 1964, palikuwa hapajafanyika maasi ya askari nchini Tanganyika chini ya utawala wa kikoloni kabla ya Uhuru. Kutokana na mazoea haya, shaka kwamba wanajeshi wangeasi isingekuwapo.

ix. Isitoshe, Jeshi hili chini ya utawala huo wa kikoloni, kabla ya Uhuru, kama nilivyosema halikuwa na Waafrika wengi katika ngazi za uongozi na askari wote walikuwa wamekula kiapo cha kumtii mfalme au Malkia wa Uingereza. Mafunzo yao ya kiaskari yalikuwa wawe na nidhamu ya hali ya juu waweze kutekeleza amri za wakubwa wao kwanza maswali yaulizwe baada ya amri kutekelezwa. Katika hali hii, hata kama pangekuwapo matatizo, ingechukuliwa kuwa askari wasingeasi wakati huo, kwa kuogopa hatua kali za kijeshi ambazo zingechukuliwa dhidi yao.

x. Kuondoka ghafla kwa viongozi wa kizungu na nafasi zao kushikwa na Wananchi kama nilivyosema huko nyuma, walikuwa bado hawajawaandaa Waafrika kushika nafasi zao wakati huo hivyo uteuzi au mapendekezo yalipofanywa na serikali mpya ya kuwapata viongozi waafrika palitokea utata na malalamiko kuwa wapo waliostahili kupata cheo hiki au kile lakini waliachwa. Malalamiko haya ya kichinichini yaliathiri pia utendaji kazi kwa kiasi fulani katika kipindi hicho cha kuondoka wazungu na wahindi.Ndiyo sababu serikali ilichukua hatua za kuomba serikali ya Ghana kuleta maofisa wake mmoja katika Jeshi la Polisi na mwingine katika *Special Branch* kusaidia kuelekeza viongozi wapya Waafrika katika vyombo hivi viwili muhimu jinsi ya kuviongoza. Baadaye walirudi kwao baada ya mikataba yao kuisha na viongozi wapya kupata uzoefu kutekeleza majukumu yao. Wakati huo *Special Branch* ilikuwa bado kuvunjwa lakini Bwana E.C.Mzena alikuwa tayari Mkurugenzi badala ya Bwana W. P. Mathieson.

xi.   Bila sababu ambazo nimetaja, viongozi ngazi za juu katika Jeshi
      la Polisi na Idara ya Usalama wa Taifa wa wakati huo Baba
      wa Taifa asingesita kuwachukulia hatua zinazostahili wakati
      anavunja Jeshi la TR na kuunda Jeshi jipya la JWT au kabla ya
      hatua hii ya kuunda Jeshi jipya.

xii. Kama nilivyosema huko nyuma, kwamba maasi hayo
      yalifuatiwa na majaribio mawili ya kutaka kupindua serikali
      ya Jamuhuri ya Muungano, Tanzania Bara. Mara ya kwanza ni
      mwaka 1968 na mara ya pili ni mwaka 1984. Habari za mipango
      yote miwili zilifahamika mapema katika vyombo husika vya
      serikali, tofauti na ilivyokuwa wakati wa mipango ya maasi
      mwaka 1964. Hii inathibitisha kuwa kutopatikana mapema kwa
      taarifa za mipango ya maasi mwaka 1964, kama nilivyosema, ni
      kwa sababu uongozi pamoja na utendaji kazi katika vyombo
      vyenye jukumu la kupata taarifa kuhusu mambo kama haya,
      vilikuwa wakati huo havijawa imara sana mwaka 1964, kutokana
      na zoezi la maofisa wananchi kushika madaraka (*Africanisation*)
      katika serikali kutoka kwa Wazungu, ikilinganishwa na jinsi hali
      ya utendaji kazi ilivyokuwa miaka iliyofuata baada ya maasi
      ya mwaka 1964, kwa vile, maofisa wananchi walikuwa tayari
      wamemudu barabara majukumu mapya waliyochukua kutoka
      kwa Wazungu, ambao Mwafrika alikuwa hakaimu madaraka yao
      kabla ya uhuru.

xiii. Likizo zilisimamishwa kwa muda ili maofisa Waafrika wamudu
      kazi na madaraka ya juu waliyopewa, wakalipwa pesa badala ya
      likizo ambazo hawakwenda. Mimi nikiwa mmoja wao.

xiv. Ikumbukwe pia kwamba kabla ya uhuru katika nchi tatu za
      Afrika Mashariki ya wakati huo, Tanganyika, Kenya na Uganda
      wananchi toka nchi hizi waliajiriwa kufanya kazi katika nchi
      hizi hata katika vyombo vya ulinzi na usalama. Tanganyika
      ilipopata uhuru tarehe 09.12.1961, kabla ya Kenya na Uganda,
      Ari ya baadhi ya wafanyakazi hao hapa Tanganyika kutoka nchi
      hizo ilishuka sana na kuathiri utendaji kazi kwa kiasi fulani
      kutokana na shauku na mategemeo makubwa waliyokuwa
      nayo kuhusu nchi zao pia kupata uhuru katika muda mfupi
      baada ya Tanganyika. Aidha walikabiliwa na maamuzi mazito
      kati ya ama kuchukua uraia wa Tanganyika au kurudi makwao
      nchi zao zipatapo uhuru pia. Walioamua kubaki, kama rafiki
      yangu hayati Solomoni Liani, toka Kenya, alichukua uraia wa

Tanganyika, hatimaye akawa Inspekta Jenerali wa Polisi (IJP) wa tano Tanzania tangu kupata uhuru. Lakini Eliphace Elieza Akena toka Uganda ambaye zoezi la *Africanization* lilimfikisha ngazi ya *Senior Assistant Commissioner* katika jeshi la polisi na kuteuliwa kuwa Mkurugenzi wa Idara ya Upelelezi, ambae alikuwa pia shahidi mkubwa wakati wa kesi hii ya maasi ya askari, baadaye alirudi kwao Uganda na kupewa wadhifa mwingine.

xv. Kamishna wa Polisi (Sasa Inspekta Jenerali wa Polisi) wa kwanza mwananchi Bwana M.N. Elangwa Shaidi, aliyebeba mzigo mzito wa kuongoza Jeshi la Polisi toka kwa mzungu Geoffrey Wilson, alitambua mara moja tatizo kubwa la uongozi na utawala lililojitokeza baada ya Wazungu kutoka. Kwa hiyo aliandika kijitabu kwa lugha ya Kiingereza, *Practical Leadership in Administration* kama mwongozo. Tulipewa nakala ya kijitabu hiki sisi maofisa wapya chini yake wakati huo nikiwa bado sijahamishwa pamoja na baadhi ya maafisa wengine kutoka Jeshi la Polisi Idara ya *Special Branch*, kwenda Idara ya Usalama wa Taifa baada ya kuvunjwa kwake.

xvi. Katika kijitabu hiki cha tarehe 2 Machi 1964 (miezi miwili baada ya maasi ya askari) zimeainishwa sifa muhimu *(Essential Qualities)* 11 za kiongozi, mojawapo ikiwa ujasiri. Mbali na kutuhimiza katika Utangulizi wake kufunga mikanda tufanye kazi kwa bidii kumudu madaraka mapya tuliyopewa baada ya uhuru, amenukuu kwa kirefu sifa hizo kama zilivyoainishwa na Bwana Cyril M. Cook, aliyekuwa Mkurugenzi wa Mafunzo ya Polisi, Chuo cha *Royal Institute of Public Administration* nchini UingerezaBado nakala yake ninayo. Huu ni ushahidi zaidi kwamba wakati wa maasi ya askari tarehe 20 Januari 1964., Polisi pamoja na Idara ya Usalama wa Taifa hazikuwa zimepata mapema taarifa kuhusu mipango ya maasi ya askari wa TR, sababu mojawapo ikiwa ni matatizo hayo ya uchanga wa uongozi kwa vile waliopewa majukumu hayo walikuwa huko nyuma hawajaandaliwa na wakoloni kufanya kazi hizo kabla Wazungu hawajarudi makwao, hali ambayo iliathiri pia mfumo mzima wa mtandao wa kupata taarifa za kikazi zikiwa ni pamoja na mipango ya maasi ambazo vyombo hivi muhimu vya Ulinzi na Usalama wa Taifa havikuwa nazo, kabla ya maasi kutokea na wahusika kukamatwa na kuhojiwa.

Kuepusha madhara kwa viongozi wakuu

Kwa kuwa maasi yalitokea ghafla bila mipango ya askari hao kufahamika kutokana na sababu ambazo tayari nimetaja, hatua za haraka zilihitajika kuwatoa katika makazi yao na kuwapeleka mahali pengine Baba wa Taifa na Rais wa Jamhuri ya Tanganyika, Mwalimu Julius K. Nyerere pamoja na Waziri Mkuu Mh. Rashid Mfaume Kawawa, usiku huo wa maasi. Mabadiliko kuhusu wananchi kushika madaraka ya juu katika serikali ya Tanganyika huru badala ya Wazungu hayakugusa kitengo nilichoongoza mimi cha ulinzi wa Viongozi wa Nchi kilichoanzishwa mwezi Septemba 1960 chini ya Idara ya *Special Branch* katika Jeshi la Polisi kabla ya uhuru, wakati Tanganyika ilipopewa na Waingereza serikali ya madaraka *(Responsible Government)* na Mwalimu kuapishwa kuwa Chief Minister kabla ya Uhuru wa Ndani *(Internal Self Government)* wakati Mwalimu Nyerere alipoapishwa kuwa Waziri Mkuu, tarehe 1 Mei 1961 baada ya uchaguzi mkuu uliokipa chama chake cha TANU ushindi mkubwa. Wakati huo kitengo hiki kilikuwa kwa muda mfupi chini ya ofisa mwingine aliyekuwa, mwenyeji wa nchi jirani, siyo Tanganyika, akisubiri nirudi toka Uingereza anikabidhi jukumu hilo.

Baada ya kurudi kwangu kutoka kwenye masomo nchini Uingereza, mwezi Agosti mwaka 1961, ofisa huyo Livingstone Lubega kutoka Uganda alirudi katika shughuli zake za kawaida Makao Makuu ya *Special Branch*, mimi nikakabidhiwa rasmi madaraka ya kuongoza kitengo hicho cha kulinda Viongozi wa Nchi, hadi ilipovunjwa tarehe 9 Novemba 1963, kitengo hiki kikawa chini ya Idara mpya ya Usalama wa Taifa.

Kabla yakukamilika kwa mpango wa *Africanisation* mwaka 1963, baadhi ya maofisa Waafrika waliokuwa *Special Branch* waliomba kubaki Jeshi la Polisi kwa vile ilikuwa inavunjwa, wakakubaliwa. Lakini kitengo changu hakikukumbwa na mabadiliko haya ya uongozi katika mpango wa *Africanisation* kwa vile tayari nilikuwa nimeshika madaraka hayo kama Mwafrika na Mtanganyika, na wengine wote waliokuwamo katika kitengo hiki chini ya uongozi wangu wote kutoka Jeshi la Polisi wakati huo walikuwa Waafrika wenye asili ya Tanganyika. Kutokana na unyeti wa kazi hii na kwa kuwa nilikuwa tayari nimepewa mafunzo ya kina jinsi ya kutekeleza kazi hii, mimi sikupewa nafasi ya kuamua ama nibaki katika kitengo hiki chini ya Idara mpya ya Usalama wa Taifa au nibakie katika Jeshi la Polisi lililokuwa Idara mama ya *Special Branch*. Lakini hata kama ningeulizwa ningeamua kubaki katika kitengo hiki chenye changamoto kubwa za kupambana nazo kama kijana katika taifa letu changa wakati huo.

Hatua hii ya serikali yetu wenyewe kuamua nibakie kuongoza kitengo hiki muhimu chini ya Idara mpya ya Usalama wa Taifa, pamoja na kuzingatia mafunzo niliyopewa Marekani kuhusu ulinzi wa viongozi wa nchi kama nilivyokwisha kueleza huko nyuma hali hiyo ilinifanya nielewe jinsi serikali yetu wenyewe ilivyoniamini kunipa jukumu hilo kubwa katika Tanganyika huru kwa mara ya kwanza kwa vile ilifahamu kuwa kazi hiyo naiweza hata kwa vitendo siyo kwa nadharia tu, endapo litatokea jambo linalohitaji kuchukua hatua kama nilivyofundishwa kuhusu ulinzi wa Viongozi wa nchi, iwe mchana au usiku. Kwa hiyo toka wakati huo nilijiandaa kwa lolote ambalo lingetokea bila kujali uhai wangu siyo kwa ajili ya fahari yangu binafsi bali kwa heshima ya Nchi yetu, na wananchi wa Tanganyika kwa jumla.Maasi ya wanajeshi siyo sawa na migomo ya wafanyakazi wa kawaida au vurugu *(Riot)* ambazo zinaweza kutulizwa na vyombo vingine vya dola kama Jeshi la Polisi kitengo cha FFU. Maasi ya wanajeshi ya mwaka 1964 yalipangwa, baadhi ya wahusika wakaelekea Ikulu usiku wa manane wakiwa na silaha kutoka kambini kwao Colito (sasa Lugalo)

Penye lango kubwa mbele ya Ikulu walinzi walikuwa askari wa TR kwa masaa 24 ili kutoa heshima za kijeshi kwa Amiri Jeshi Mkuu wao ambaye alikuwa kiongozi wa Nchi Baba wa Taifa. Maofisa wa kitengo nilichokuwa naongoza pia walikuwa na ofisi yao upande wa pili wa lango hilo kwa zamu usiku na mchana. Uwanja wa Ikulu ulizungukwa na askari Polisi wasio na silaha usiku na mchana pia, isipokuwa wale askari wa *Tanganyika Rifles* (TR) ndiyo walikuwa na silaha penye lango la mbele, na wengine walikuwa wanalinda Makao Makuu yao mkabala na lango la kuingia ofisi ya Waziri Mkuu mtaa wa Magogoni kabla ya makao makuu ya TR kuhamia Upanga baadae.

Nilipigiwa simu kama saa 8 usiku na ofisa wa kitengo chetu aliyekuwa mkuu wa zamu usiku hapo Ikulu Leon Kazimili,kuwa Mkuu wa Majeshi Brigadia Douglas, alimpigia simu kutoa taarifa kwamba kambini Calito palikuwa na dalili kuonyesha kuwa imevamiwa na majeshi ya kigeni usiku huo; tarehe 20 Januari 1964. Niliamka haraka kuelekea Ikulu nikiwa na gari langu kwa sababu Ikulu ndiko mahali walipokuwa Rais pamoja na Waziri Mkuu ambaye nyumba yake ilipakana na Ikulu upande wa Kaskazini. Leon Kazimili sasa ni marehemu.

Nilipowasili katika uwanja wa Ikulu toka nyumbani kwangu Upanga kwa gari langu TD 5067 Mercedes Benz ndogo aina 190, kupitia ocean road na Luthuli Road kama saa 8:20 usiku nilikuta Mkurugenzi wa Idara yetu pamoja na Kamishna wa Polisi, hawajawasili katika eneo la Ikulu, lakini tayari maofisa wa kitengo changu walikuwa wamewaamsha Rais pamoja na Waziri Mkuu na kuwapa taarifa kutoka kwa Brigadia Douglas. Hawa viongozi wa nchi walikuwa wakingoja taarifa zaidi kutoka kwetu wakiwa katika eneo la Uwanja wa Ikulu mbele ya jengo hilo. Lakini mbali na taarifa kutoka kwa Brigadia Douglas kwa njia ya simu ya mezani *Land line phone* hapakuwa na taarifa za ziada.

Baada ya muda si mrefu, Mkurugenzi wetu EC Mzena; na kamishna wa Polisi Elangwa Shaidi nao waliwasili, lakini tokana na mipango ya maasi hayo kutojulikana mapema ama katika Jeshi la Polisi au katika Idara yetu, viongozi hao wawili ngazi ya juu katika vyombo hivyo viwili muhimu kuhusu usalama, hawakuwa pia na taarifa za ziada au kufahamu jinsi ya kuchukua hatua za haraka kuhusu usalama wa viongozi wa Nchi hawa wawili Rais na Waziri Mkuu, katika hali kama hiyo ya dharura iliyosababishwa na maasi ya askari wa jeshi la *Tanganyika Rifles*.

Wakati naelekea Ikulu kutoka kwangu Upanga nikiwa barabara ya Umoja wa Mataifa, ingawa mbele yangu hapakuwa na tukio lisilo la kawaida, mbali na upepo toka Bahari ya Hindi, lakini nikiwa *Ocean Road* (sasa Obama Drive) nilivyokuwa naendelea na safari yangu, kuelekea Ikulu, nilipofika karibu na Hospitali ya Aga Khan, nilianza kusikia kama ngurumo za mwendo wa magari makubwa ya kijeshi yakija kutoka maeneo karibu na Salander Bridge upande wa Msasani au Oyster Bay. Sikuelewa wakati huo kama hao walikuwa ni askari waasi wakielekea Ikulu kutoka kambi ya Colito wakiwa ndani ya magari ya kijeshi.

Katika mazingira ya namna hii hapakuwa na sababu kwangu kuendelea kujadili na muda kupotea kwa kuzungumza na wakubwa wangu hao wawili Mkurugenzi wangu na Kamishna wa Polisi kwa vile nao hawakufahamu ni hatua zipi zichukuliwe kuhusu usalama wa Rais na Waziri Mkuu usiku huo. Kiongozi wa Jeshi la Polisi wakati huo alikuwa bado anajulikana kama Kamishna wa Polisi siyo Inspekta Jenerali wa Polisi (IJP) kama ilivyo sasa.

Nilipanga haraka akilini mwangu hatua za kuchukua katika hali ya dharura kama hiyo kutokana na mafunzo yangu Marekani mwaka 1963. Eneo lote la Ikulu nilikuwa nalifahamu vizuri. Nilitoka nje ya viwanja vya Ikulu kwa nyuma upande wa baharini kwa miguu kama saa 8:45 usiku huo nikiwa na Rais pamoja na Waziri Mkuu, bila wasiohusika kufahamu. Mkurugenzi wangu pamoja na Kamishna wa Polisi walibakia katika eneo la Ikulu. Maelezo ya kupotosha ukweli katika hali hii ya dharura kama hiyo ni muhimu ili maadui au wasiohusika wasifahamu kinachoendelea kwa upande wetu, wakati wa hatua za dharura na hatari kama hizo, kama ilivyokuwa usiku huo.

Nikiwa na askari polisi *(Constable)* wawili wenye sare waliokuwa wanalinda uwanja wa Ikulu usiku huo ambao hawakuwa na silaha yoyote mbali na makoti ya mvua/baridi, nilitumia usafiri nilioukuta kivuko cha serikali cha Magogoni, baada ya kuwaeleza wafanyakazi waliokuwa wanaendesha pantoni siku hiyo kuwa viongozi wetu wawili wa nchi walikuwa wanawahi kikao maalum katika Chuo cha Kivukoni. Mbinu hizi nilizibuni mwenyewe usiku huo. Wafanyakazi hao wawili penye kivuko ambao kutokana na hali yenyewe ilivyokuwa usiku huo sikuchukua majina yao na mpaka sasa siwafahamu, walikubali kutuvusha baada ya kuona kwa macho yao viongozi waliokuwa wanavushwa katika msafara wetu usiku huo. Huo ndio ulikuwa mchakato muhimu wa Operesheni Magogoni, kufanikisha kile nilichopanga kufumba na kufumbua.

Tulipokuwa bado kuvuka mkondo wa bahari tulisikia kama upande wa lango la mbele la Ikulu palikuwa na kelele zilizosikika kuwa kama amri toka kikundi cha askari waasi wakiwaamuru wenzao waliokuwa zamu hapo penye lango usiku huo ama wajisalimishe kwa kuweka silaha zao chini wajiunge na maasi hayo au wawe mateka wao.

Baada ya kuvuka salama na kufika upande wa pili wa Kigamboni, niliwashukuru na kuwaambia wafanyakazi hao wawili waliotuvusha wasirudishe pantoni upande tulikotoka kwa vile mara tu baada ya kikao katika Chuo cha Kivukoni, viongozi hao wawili wangerudi Dar es Salaam kwa kutumia usafiri huo huo. Walikubali maelezo hayo ya kupotosha kwa nia njema kiusalama kwa madhumuni ya kutupa nafasi twende mbali zaidi toka Ikulu ambako hali ilijionyesha kuwa palikuwa ni moja ya sehemu muhimu zilizolengwa na askari waasi. Walikwenda sehemu nyingine pia mbali na Ikulu, lakini sizitaji sehemu hizo humu kwa vile hazikuhusika na jukumu langu, mbali na Ikulu na mahali pengine walipokuwa Rais na Waziri Mkuu.

Pasipokuwa na maandalizi ya awali katika matukio kama haya ya ghafla, baadhi ya athari zake kubwa siyo tu kutofahamu ni mahali gani pa usalama zaidi kuwapeleka viongozi, lakini pia hapakuwa na usafiri ulioandaliwa kuwachukua viongozi hao na sisi walinzi wakati huo. Tulitembea kwa miguu usiku huo huko Kigamboni na Mji Mwema kwenye barabara ambayo haikuwa na lami miaka hiyo. Lilikuwa na majani marefu pembeni hadi tulipofika kijiji cha Salanga kukaanza kupambazuka. Njiani tulitishwa na mbwa toka miji ya wananchi kandokando ya barabara, lakini hawakutushambulia.

Kijiji cha Salanga, palikuwa na wakazi wachache wakati huo miji yao ikiwa haikusongamana sana kama ilivyo sasa, kiasi kwamba wageni wakiwa mji mmoja, katika mji wa pili isingefahamika kwa urahisi alfajiri hiyo ya tarehe 20 Januari 1964 kuwa palikuwa na wageni. Kwa hiyo badala ya kuendelea na safari yetu lengo langu likiwa kufika nyumba ya serikali ya mapumziko *(Government Rest House)* huko Mjimwema, ambako wakati mwingine Rais alikuwa anakwenda kupumzika mwisho wa juma na kurejea Ikulu baadae siku hiyo hiyo., Hatukuweza kufika huko kwa vile kulianza kupambazuka hivyo tukaenda bila kutegemea nyumbani kwa msamaria mwema wa kijiji hicho cha Salanga, Bwana Sultan Kizwezwe, ambaye sasa ni marehemu. Alitupokea vizuri sana na familia yake wala hakutusaliti.

Pamoja na hatua za haraka nilizochukua za kuhamisha viongozi hawa toka katika lengo kubwa la waasi, ambalo lilikuwa Ikulu, kwa maoni yangu yaelekea mipango ya maasi ilifanywa kwa makini sana bila kikundi kilichopanga maasi hayo kuhusisha askari wengi katika kambi ya Colito kusudi siri hii isivuje nje kabla ya utekelezaji wake. Iwapo askari wengi wa kambi ya Colito (Lugalo) wangehusishwa, ikizingatiwa kuwa huko ndiko askari waliokuwa wakilinda lango (geti) la mbele Ikulu walikuwa wanatoka; isingekuwa rahisi mimi kuruhusiwa kuingia na maafisa wa zamu toka kitengo nilichokuwa naongoza wakiwa katika lindo lao upande wa pili wa lango hilo la mbele. Ikumbukwe pia kama nilivyosema kuwa Makao Makuu ya Tanganyika Rifles wakati huo yalikuwa bado mtaa wa Magogoni Kusini, mwa kasri la Ikulu. Makao Makuu ta TR yalilindwa usiku na mchana na askari wa TR, kama ilivyokuwa Ikulu.

Askari wangenikamata nikawekwa chini ya ulinzi wao ndani ya gari langu. Aidha Mkurugenzi mkuu wangu EC. Mzena na Kamishna wa Polisi Elangwa Shaidi, waliokuja baada ya kuwasili kwangu hapo Ikulu pia wangekamatwa na kuwekwa chini ya ulinzi. Hawa Askari wa *Tanganyika Rifles* (TR) hapo Ikulu walikuwa na silaha. Iwapo walikuwa na taarifa kuhusu mipango hiyo ya maasi huenda walidhania iwapo ni kutoka nje basi Rais na Waziri Mkuu wangetumia lango hilo la mbele, lakini nilibuni haraka mahali pengine pakupitia kwenda nje ambako wao hawakutegemea. Walikuwa penye lindo lao la kawaida siku zote mbele ya Kasri la Ikulu, bila kuzungukia sehemu nyingine. Kutokana na hofu hii, sikutoa viongozi Ikulu kwa kutumia gari langu au jingine kwenda nje.

Vilevile kama walifahamu mipango hiyo ningewakuta maafisa toka kitengo nilichokuwa naongoza tayari wamekamatwa na kuwekwa chini ya ulinzi wa askari hao wakiwa na Rais pamoja na Waziri Mkuu, waliokuwa wanalindwa. Kwa hiyo kile kikundi cha askari kutoka kambini kuja Ikulu waliokadiriwa baadaye kuwa kama 25 wakiwa ndani ya magari ya kijeshi wasingekuwa na haja ya kuingia ndani ya Ikulu kuwatafuta Rais pamoja na Waziri Mkuu ambao nilikuwa tayari nimewahamisha toka Ikulu dakika chache kabla askari hao waasi hawajawasili hapo Ikulu. Askari waliotoka kambi ya Colito usiku walikuta mkurugenzi Mkuu wa idara yetu na Kamishna wa Polisi bado wapo Ikulu.

Tarehe 21 Januari 1964, ndipo watu wengi walipoanza kufahamu kuhusu maasi hayo wakati milio ya bunduki iliposikika toka sehemu fulani katika jiji la Dar es Salaam, wakataka kujua walipo Rais na Waziri Mkuu, hasa ilipobainika kuwa pantoni ambalo kwa kawaida baada ya saa za kazi lilikuwa linabaki upande wa Magogoni lakini siku hiyo asubuhi lilikuwa upande wa Kigamboni!! Kwa uzito wa msafara huo kuwapo na Rais na Waziri Mkuu, ningeweza kuwachukua pia wavushaji hao wawili kama nilivyowachukua askari polisi wawili. Sikufanya hivyo mosi, kupunguza watu katika msafara, pili, pawepo watu wanaofahamu tulikoelekea tukiwa salama, tatu, kivuko kiendelee kufanya kazi kesho yake.

Kuonekana kwa pantoni upande wa Kigamboni asubuhi na sababu zake kuelezwa na wale wafanyakazi wazalendo waliotuvusha, ilikuwa lazima kwao waseme wazi kilichotokea, vinginevyo wangeadhibiwa na wakubwa wao wa kazi ambao ilikuwa Idara ya Ujenzi wakati huo *(Comworks Department)* kwa hiyo jitihada zilifanywa kutafuta Rais na Waziri Mkuu walipokuwa baada ya kutokuwakuta katika Chuo cha Kivukoni kufuatana na taarifa yangu ya kupotosha kwa nia njema kwa wavushaji wawili waliotuvusha usiku uliopita.

Ni tarehe 21 Januari 1964 alipofuatilia na kufika tulipokuwa Mheshimiwa Bhoke Munanka wakati huo akiwa Waziri wa Nchi ofisi ya Rais ambaye sasa ni marehemu, ndipo ilifahamika tulipokuwa Alikuwa peke yake. Huyo alikuwa miongoni mwa watu waliokuwa wanachama shupavu wa TANU, Mwanzakilipoanzishwa miaka ya 1950. Alikuja amevaa sare ya Jeshi la kujenga Taifa (JKT) Baada ya kujihakikishia mimi mwenyewe kwamba ujio wake haukuwa na madhara kwa viongozi wakuu niliokuwa nao hapo mafichonikijiji cha Salanga mbali kidogo na barabara iliyokuwa inazunguka hadi Mbagala, nilimpeleka hadi walipokuwa Rais na Waziri Mkuu. Baada ya kuwaeleza Rais na Waziri Mkuu hali halisi ilivyokuwa jijini Dar es Salaam, Waziri Bhoke Munanka alirejea Dar es Salaam kuwaambia wenzake kuwa Rais na Waziri Mkuu walikuwa salama. Bhoke Munanka aliwadadisi wavushaji wale wawili akafuatilia, akagundua mahali tulipokuwa. Walimtambua kuwa alikuwa Waziri.

Baada ya Waziri Bhoke Munanka kurudi Dar es Salaam ndipo viongozi hao wawili Rais na Waziri Mkuu walipoletewa mahitaji yao siku hiyo kama matandiko kwa kutumia Land Rover ya Ikulu kwa kupitia Mbagala. Kwa chakula tulikuwa tunakula kile kilichotayarishwa na familia ya Sultan Kizwezwe, ambaye aliniruhusu pia niangue au yeye mwenyewe kuangua mapapai yaliyoiva toka katika bustani yake hapo hapo nyumbani kwake ambayo nilikuwa namenya kwa kisu na kuwapa Rais na Waziri Mkuu. Mimi pia na askari Polisi wawili niliokuwa nao, mmoja wao akiwa Joseph Kihuga ambaye sasa ni marehemu, tulikula matunda hayo tulipohitaji. Hatukufanya kazi kwa zamu bali sisi wote watatu tulikuwa kitu kimoja kuwalinda viongozi wetu usiku na mchana mpaka tuliporudi Ikulu tarehe 22 Januari 1964 baada ya mambo kuwa shwari kufuatia maofisa Wazungu kuondoka toka katika jeshi la Tanganyika Rilfes, na kurudishwa kwao kwa ndege ya kukodi na viongozi wa maasi kupandisha vyeo maofisa Waafrika, kujaza nafasi ya Brigadia Douglas, na nyingine.Ndege iliyowachukua maofisa hao Wazungu kurudi kwao Uingereza ilitoka katika shirika la ndege la Afrika Mashariki la wakati huo (*East African Airways Corporation* (EAAC) Nairobi kabla ya kuvunjika mwaka 1977. Ndege hiyo ilikuwa aina ya *Fokker Friendship*.

Matatizo ya kuhamisha *(Evacuation)*

Kiongozi wa nchi ambaye pia ana silika ya ushujaa, ushupavu na ujasiri walinzi wake hupata shida kidogo kumshauri kiongozi huyo akubali kutoka sehemu moja hadi nyingine pakitokea matatizo ambayo yanaweza kuleta madhara dhidi ya maisha yake. Kiongozi huwa anapenda aelezwe kwa kirefu na mapema ni kitu gani kimetokea au kinatarajiwa kutokea na kusababisha hatua kama hizo kuchukuliwa.

Inapokuwa pana habari mbaya na kuhamishwa kiongozi toka sehemu moja hadi nyingine ndiyo njia pekee ya kuzuia asidhurike, kutishwa au kudhalilishwa kwa njia yoyote na kikundi fulani cha watu kwa sababu za kisiasa au nyingine, hatua za haraka kumhamisha zinahitajika, vinginevyo adui atapata nafasi ya kujiandaa na kutimiza lengo lake baya wakati kiongozi wa nchi na kundi la walinzi wake bado wako sehemu au mahali ambako shambulio limeelekezwa. Hali inapokuwa hivi, huo ndiyo mtihani mkubwa na mgumu zaidi kwa mlinzi. Lakini kwa namna ya kazi yake ilivyo, mlinzi lazima ajitahidi kadri awezavyo kumshauri akubali na kumtoa kiongozi katika eneo la hatari, iwe mchana au usiku.

Suala jingine ambalo linaweza kumkabili mlinzi ni kiongozi kutaka kujua kama anahamishwa na familia yake pia. Sehemu hii inakuwa ngumu zaidi kama hapakuwa na taarifa za awali kuhusu uwezekano wa kuwapo tukio hilo kusudi mipango kamili ifanywe kumtoa na kumpeleka kiongozi wa nchi mahali pa usalama zaidi na familia yake. Hata hivyo lazima kila mbinu zitumike uhamishaji utekelezwe inavyotakiwa. Ndiyo sababu wataalamu wa masuala ya usalama wanasema kuwa *"Intelligence is Knowledge and Knowledge is Power"* bila kuwa na taarifa mapema za kiusalama unakosa uwezo wa namna yake kuchukua hatua zinazotakiwa.

Wakati wa machafuko kama hayo ya maasi ya wanajeshi, walinzi wa kiongozi wa nchi siyo tu hubeba madaraka makubwa ya kuhakikisha kuwa wanaepushwa na madhara yaliyokusudiwa, lakini ikumbukwe pia kwamba walinzi huwa walengwa wakubwa sawa na viongozi wale waliokusudiwa. Kazi ya walinzi ni kuzuia kabisa watu wenye nia mbaya wasifanikiwe kutekeleza vitendo vyao kwa kuhakikisha usalama wa viongozi waliolengwa na inapokuwa lazima walinzi wajitoe muhanga na kupoteza maisha yao ili muradi kiongozi au viongozi wasalimike. Hii ndiyo hali iliyonikabili usiku ule bila kuwa na taarifa za awali za kuwapo kwa mipango hiyo ya maasi.

Nilikuwa tayari kupoteza maisha yangu kuliko kuacha viongozi wa nchi ambao taifa lilinikabidhi kuwalinda wadhalilishwe au kuuawa mbele yangu. Wananchi ningewaeleza nini? Kwa kuzingatia ugumu wa kazi hiyo ya Kijasiri kufanyika kwa ufanisi mkubwa na kwa mara ya kwanza tangu tupate uhuru, nilipandishwa cheo wakati wa uongozi wa Mkurugenzi wa kwanza wa idara ya Usalama wa Taifa E.C. Mzena. Msingi wa maasi hayo ilikuwa ni kucheleweshwa kwa mpango wa Afrikanaizesheni katika Jeshi hilo; maofisa wananchi wakilalamika kuwa hawajashika nafasi za wazungu na kupandishwa mishahara kama ilivyokwisha fanyika katika idara nyingine za serikali.

Tatizo la mawasiliano

Rais na Waziri Mkuu, walilifahamu tatizo la kukosa mawasiliano katika hali hii tukiwa huko kijiji cha Salanga, ambayo yangewawezesha kujua hali ilivyokuwa inaendelea hatua kwa hatua jijini Dar es Salaam na kwingineko hapa nchini kuhusu maasi haya ya ghafla na wao waweze kueleza nini kifanyike. Mimi pia ningeweza kuwasiliana na Makao Makuu ya Idara yetu ili wafahamu tulipo waweze kutoa maelekezo zaidi.

Mipango ilianza kuandaliwa tukiwa hapo kijijini, mimi nikiwapo na kutoa mchango wangu jinsi ya kuweza kupata usafiri wa uhakika na haraka kama ndege ndogo ambayo ingetuchukua na kutupeleka Wilaya ya Mafia ambako Rais angepata nafasi ya kutumia simu zilizokuwepo wakati huo kuwasiliana na viongozi wenzao Dar es Salaam, pamoja na wananchi kwa ujumla, ambao hawakufahamu kama yeye Rais na Waziri Mkuu wake walikuwa salama. Hili halikufanyika baada ya ghasia za maasi kutulia, hivyo viongozi hawa wawili wakarudi salama Dar es Salaam tarehe 22 januari 1964.

Lazima ikumbukwe vile vile kwamba zama hizo, mara baada ya ukoloni kung'olewa hapa nchini, hapakuwepo simu za mkono, kama ilivyo sasa. . Palikuwa na simu za mezani *(Land line Phones)* polisi pia walikuwa na simu zao katika magari ya doria *(mobile phones)* kwa mawasiliano kati ya magari hayo, vituo, n.k.

Pangekuwepo simu ndogo za mikononi kama ilivyo sasa, bila shaka hata mimi ningekuwa nayo usiku wa maasi kwa kuzingatia umuhimu wa kazi niliyokuwa nayo tangu Agosti 1961.

Mwalimu arudi Ikulu

Rais na Waziri Mkuu pamoja na sisi tulirudi Ikulu tarehe 22 Januari 1964 kwa kutumia gari la Ikulu aina ya Land Rover. Baada ya kurudi salama, mara wakaja pale Ikulu viongozi wa jeshi wapya waliopandishwa vyeo na waasi; Elisha Kavana kama Brigadia, badala ya Brigadia Douglas; Francis Hingo Ilogi kama Luteni Kanali, na wengine ambao kutokana na muda mrefu kupita sasa tangu maasi haya yatokee, nimewasahau. Tulipofika Ikulu, nilikuta gari langu limechomwa na waasi hao singe za bunduki pembeni kwa sababu walihisi kuwa mwenye gari hilo ndiye aliwaondoa Ikulu Rais na Waziri Mkuu wakashindwa kuwakuta.

Viongozi hao wapya walikuja na askari walinzi wao wakiwa na silaha na usafiri wa magari ya kijeshi, jambo ambalo lilitutia wasiwasi tena sisi walinzi, ikizingatiwa kuwa tulikwisha waepusha Rais na Waziri Mkuu wasipate matatizo tokana na machafuko hayo ya askari kuasi. Lakini kwa kuwa walikuwa wameruhusiwa waje, hatukuwazuia kuja. Tulikuwa tayari kwa lolote katika uwezo wetu Mungu alikuwa mbele yetu.

Baada ya kujitambulisha kwa Rais na Waziri Mkuu na viongozi wengine wa chama pamoja na serikali waliokuwapo, mmoja wao akiwa hayati Oscar Kambona aliyekuwa Waziri wa ulinzi na Mambo ya Nchi za nje wakati huo,viongozi hao wapya wa Jeshi na wale waliofuatana nao kuja Ikulu, waliondoka kurudi kambini kwao Colito bila kufanya vurugu yoyote.

Wakati wa Operesheni Magogoni, morali, ujasiri, uzalendo, mafunzo na uwezo wa kubuni haraka jinsi ya kuhamisha viongozi, ndivyo kwa pamoja viliwezesha operesheni hii kufanikiwa wakati huo wa wingu kubwa la hofu kuhusu usalama wa viongozi wetu niliokuwa nao nikiwa na wasaidizi wawili wasio na utaalam wa kazi hii, tukitanguliwa na Mwenyezi Mungu kila hatua.Hivyo ndivyo Operesheni Magogoni ilivyofanya kazi na kuleta sifa siyo katika Idara yetu tu bali kwa Taifa zima.

Mwalimu atembelea sehemu mbalimbali za jiji

Wakati wa maasi hayo palitokea mauaji ya Muarabu huko Magomeni aliyepigwa risasi na baadhi ya wanajeshi waasi, pamoja na uporaji wa vitu madukani uliofanywa na wahuni na vibaka wakitumia mwanya huo wa maasi ya askari jeshi kwa vile raia walikuwa wanakimbia wakiwaona wanajeshi waasi na wenye maduka pia wengi waliyafunga lakini vibaka na wezi waliyavunja na kuiba mali.

Kwa hiyo Rais alitaka kutembelea sehemu fulani hasa Kariakoo kuona madhara yaliyofanywa siyo na askari waasi tu lakini hata na yale yaliyosababishwa na raia wa kawaida waliochukua sheria mikononi mwao kupora mali za watu, kwa sababu hata Jeshi la Polisi lilikuwa halijawa na maagizo lichukue hatua gani wakati huo katika hali hiyo. Matembezi haya yalikuwa tarehe 22 Januari 1964, ingawa sikumbuki ni baada au kabla ya viongozi wapya wa waasi kuja Ikulu.

Ziara ya kuangalia uharibifu wa vitu jijini Dar es Salaam ilikwenda vizuri Rais, Waziri Mkuu, na viongozi wengine waliofuatana nao mmoja wao alikuwa Job Lusinde, wakati huo akiwa Waziri wetu wa Mambo ya Ndani wakarudi Ikulu salama. Wakati huo askari waasi walikuwa bado kunyang'anywa silaha na jeshi la wanamaji toka katika meli za kivita za Kiingereza zilizokuwa katika Bahari ya Hindi, kufuatia maombi ya Mwalimu Nyerere kupitia kwa Balozi wa Uingereza aliyekuwa hapa wakati huo.

Askari waasi wanyang'anywa silaha

Baada ya Rais pamoja na Waziri Mkuu kurejea Ikulu tarehe 22. Januari 1964, Mwalimu Nyerere aliomba serikali ya Uingereza kupitia kwa Balozi wao nchini Tanganyika waruhusu kikosi cha askari wanamaji kilichokuwa katika meli zao za kivita katika Bahari ya Hindi karibu na Aden *(Yemen)* askari wake waje wawanyang'anye silaha askari walioasi.

Maombi hayo yalipokubaliwa, tarehe 24 Januari 1964, tulipata muda wa kufanya maandalizi ya kuhakikisha kwamba wanamaji wa Kiingereza watakapowanyang'anya silaha askari waasi, hapatokei madhara kwa Rais na Waziri Mkuu endapo baadhi ya askari waasi wenye silaha wangepenya na kuelekea Ikulu kwa hasira baada ya kuona askari wa jeshi la kigeni wakienda kuwashambulia kijeshi katika kambi ya Colito (Lugalo).

Tarehe 25 Januari 1964 alfajiri mapema ndipo askari waasi, bila kufahamu, walipovamiwa na wanajeshi wa Kiingereza wa Operation Floodtide katika kambi ya Colito na kunyang'anywa silaha. Wapo baadhi ya askari waasi waliokimbia wakiwa na silaha wakaelekea mahali pengine kujificha, hakuna walioelekea Ikulu. Lakini hata kamawangekwenda Ikulu kwa nia ya kuwatafuta Rais na Waziri Mkuu, siku hiyo wasingewakuta, kama ambavyo hawakuwakuta Ikulu usiku wa maasi. Askari wanamaji wa Uingereza walikuwa katika meli zao za vita Rhyll, Cambrian na Centair. Walivushwa na helicopter kutoka katika meli hizo kuja nchi kavu.

Wakati wa hatua za kuwanyang'anya silaha askari waasi, baadhi yao walitoroka kukamatwa kwa kosa la maasi, serikali ilitangaza katika radio wajisalimishe wakiwa na silaha walizokuwa nazo katika vituo vya polisi vilivyo karibu na mahali walipo. Walifanya hivyo.

Baada ya kikosi cha komandoo wa Kiingereza kumaliza kazi yao, nafasi yao ilichukuliwa na wanajeshi kutoka Nigeria kuanzia tarehe 23 Machi 1964 chini ya Kanali Pam, ambao walirudi kwao mwezi Septemba 1964, baada ya wao pia kumaliza kazi waliyokuwa wamepewa. Kabla ya Operesheni *Floodtide* kuanza kazi yake, Mkurugenzi wetu wakati huo Bwana E.C. Mzena, pamoja na mimi tuliandaa mipango ya kuwahamisha Rais na Waziri Mkuu toka Ikulu kwenda mahali pengine nikawarudisha baada ya zoezi hilo kukamilika. Siku ya maasi sikuwa na mtu mwingine kutoka idara yetu, mbali na askari Polisi wawili mmoja akiwa Joseph Kihuga, ambao nilikuwa nao kwenye pantoni hadi Kigamboni, mpaka tuliporudi Ikulu.

Kutokana na uzito wa tukio hili la kwanza katika historia ya nchi yetu muda mfupi baada ya kujitawala, aliyekuwa Waziri Mkuu wakati wa maasi hayo Mheshimiwa Rashid Mfaume Kawawa, miaka michache baada ya kifo cha Mwalimu Nyerere, aliniita nikaenda nyumbani kwake Madale, akanieleza kuwa alikuwa katika mchakato wa kuandika kitabu ambacho pamoja na mambo mengine kingeeleza pia juu ya maasi ya askari wa *Tanganyika Rifles* (TR) January tarehe 20, 1964, ambacho kilikuwa kichapishwe na *Dar es Salaam University Press.*

Alitaka nimkumbushe jinsi *Operesheni Magogon*i ilivyofanya kazi, hasa kuhusu usafiri tuliotumia baada ya kuvuka mkondo wa baharí kwa kutumia Pantoni. Nilimkumbusha kuwa tulitembea kwa miguu kutoka Kigamboni mpaka kwa Bwana Sultani Kizwezwe katika kijiji cha Salanga; na nikamfahamisha kuwa Bwana Sultani Kizwezwe alishafariki. Sina hakika kama Mheshimiwa Kawawa alikamilisha uandikaji wa kitabu chake hicho kabla ya kifo chake tarehe 30 Desemba 2009. Mwalimu Nyerere alimnunulia baiskeli Bwana Sultan Kizwezwe kama shukrani kwake kwa ukarimu wake huo. Alikataa kujengewa nyumba kwa sababu alizotoa, yeye mwenyewe Sultan Kizwezwe.

Yalikuwa maasi au mipango ya mapinduzi iliyoshindwa?

Watu wengi wametoa maoni yao kuhusu tukio hilo la maasi na kwa vile waasi walifikishwa katika mahakama ya kwanza ya kijeshi katika historia ya nchi hii wakashitakiwa kwa kosa hilo la maasi, karibu kila mtoa maoni anasema maasi ndilo lilikuwa kosa lao, haikuwa mipango ya mapinduzi ya serikali, au jaribio la kupindua serikali bali matatizo yaliyosababisha maasi hayo ni askari kutaka Wazungu kuondoka katika jeshi ili liongezwe na maofisa waafrika *Africanisation* pamoja na kuongezwa kima cha mishahara.

Inawezekana maoni hayo ni sahihi, lakini maasi yanayofanywa na wanajeshi usiku wakachukua silaha na magari ya kivita wakaanza kuwaweka chini ya ulinzi viongozi wa jeshi Wazungu, kwa kuwatisha na bunduki, halafu wakaenda hadi Ikulu usiku huo huo ambako ndiko Amiri Jeshi Mkuu wao alikuwa anaishi, wakataka kumuamsha, iwapo wangemkuta, akakataa kuwapajibu walilotaka, wakati huo wangemchukulia hatua gani ambapo wao ndiyo walikuwa hawakufuata taratibu zinazotakiwa kufuatwa ili kufikisha madai au malalamiko yao kwa Amiri Jeshi Mkuu wao majira ya mchana kama wangekuwa wameruhusiwa kupitia njia zilizowekwa?

Hata kama wangekuwa ni wafanyakazi ambao chama chao kilipeleka madai au malalamiko yao fulani mahali panapohusika serikalini lakini kwa sababu fulani majibu yakachelewa, je wafanyakazi hao, katika hali hiyo hata kama wangechukua mabango yasiyo na maneno ya kashfa au uchochezi wa kuvunja amani nchini, wakaenda Ikulu usiku wa manane kumtaka Rais wa nchi awasikilize madai yao hata bila silaha ya aina yoyote wakati hayana idhini ya polisi maandamano hayo yangekuwa kinyume cha sheria, hivyo wahusika wangelifunguliwa mashtaka chini ya sheria husika.

Kama nilivyosema huko nyuma serikali haikufahamu maandalizi ya mipango hiyo ya maasi namahali ambapo waasi walikuwa wanakutana mpaka walipokamatwa na kuhojiwa ndipo wakataja kuwa ni Mbezi nje kidogo ya Dar es Salaam. Lakini mipango hiyo kusudi isijulikane inaonekanani askari wachache ndio waliofahamu, vinginevyo hata askari wale waliokuwa penye lango kuu Ikulu wangefahamu mipango hiyo na hao ndio wangetumiwa kwanza kumtafuta Rais na Waziri Mkuu masikani kwao.

Lakini hata katika nchi ambako askari huanza vurugu kama hizi kwa madhumuni ya kuwatoa viongozi wao wa nchi katika madaraka kinyume cha katiba, huwepo pia baadhi ambao hubakia watiifu na waaminifu kwa viongozi hao na kuanza kupigana na wenzao wasiowataka viongozi hao kwa sababu zozote. Hao wasiowataka viongozi wakifanikiwa kushinda hutangaza ushindi na ama kuwaweka viongozi wa kiraia wanaowataka au wao wenyewe huteua viongozi kutoka jeshini kuongoza nchi. Hatua kama hizo zikichukuliwa huitwa mapinduzi. Siyo maasi kwa sababu viongozi hutolewa katika madaraka kinyume cha katiba.

Wakati wa maasi ya mwaka 1964, ingawa maofisa Wazungu jeshini walikamatwa majumbani mwao huko kambi ya Colito na waasi hao baadhi wakaenda hadi Ikulu, ambako hawakuwakuta Rais na Waziri Mkuu, hatua yao iliyofuata ni kuwapandisha vyeo Elisha Kavana kuwa Brigadia na Francis Irogi kuwa Luteni Kanali, pamoja na wanajeshi wengine Waafrika ambao pia walipandishwa vyeo.

Katika hali hii ambapo Rais na Waziri Mkuu hawakuonekana Ikulu bila kujulikana walikokwenda, iwapo maasi hayo yalikuwa na madhumuni ama ya kuchukua madaraka ya uongozi wa nchi wao wenyewe kama jeshi au kukabidhi uongozi wa nchi kwa mtu mwingine raia waliyekuwa wamemuandaa au yeye huyo raia kama alikuwa ameandaa haya maasi ili yawe njia ya kumfikisha kwenye uongozi wa nchi basi wao wanajeshi wangemtangaza kiongozi wao wa kijeshi au raia aliyeandaliwa yeye mwenyewe angejitangaza kuwa kiongozi wa nchi, au angetangazwa na wanajeshi. Hayo yote mawili hayakutokea. Askari waasi hawakumtangaza Elisha Kavana kuwa Kiongozi wa Nchi mwanajeshi, au raia mwingine wa kawaida.

Kwa kuzingatia hayo yote, picha inayojitokeza ni kwamba madhumuni ya maasi hayo yalikuwa mosi ni kuondoa Wazungu katika jeshi hilo ili liongozwe na wanajeshi Waafrika (*Africanisation*) na pili marekebisho ya mishahara yao yafanywe ndiyo sababu waliwapandisha vyeo Elisha Kavana, Francis Ilogi na wengine, ambao baadaye walikuja Ikulu kutoka Kambi ya Colito baada ya Rais na Waziri Mkuu kurudi Ikulu. Walikutana na kuzungumza na Rais pamoja na Waziri Mkuu wakiwepo viongozi wengine wa Chama na serikali kama nilivyosema huko nyuma na kurudi kambini kwao bila matatizo. Waasi hao hawakupiga au kuua wazungu katika jeshi hilo mpaka maofisa hao wa Kizungu walipopatiwa usafiri wa ndege na kurudi makwao salama.

Pamekuwapo pia mawazo tofauti kuhusu viongozi kuhamishwa toka makazi yao kwenda mahali pengine, kama ilivyofanyika wakati wa maasi ya askari. Baadhi ya watu wanaafiki mpango huo, lakini wapo pia wanaoupinga. Kila upande unatoa sababu.

Kwa kifupi ni kwamba kutokana na madaraka makubwa wanayopewa viongozi wa Nchi kikatiba katika nchi mbalimbali kama ilivyo hapa petu, viongozi hao duniani pote pamoja na Marekani hulindwa saa 24 ili maisha yao yasidhurike kutokana na sababu ambazo tayari zimeelezwa. Kuhamisha viongozi wa nchi wakati wa machafuko katika nchi ni sehemu ya hatua muhimu ya ulinzi wa viongozi wa mataifa makubwa au za mataifa madogo kama Tanzania. Kiongozi wa Nchi, anapoachishwa madaraka hayo bila katiba kufuatwa, (kwa kupinduliwa na Jeshi lake au kwa vurugu nyingine za kisiasa nchini mwake) husababisha siyo tu vurugu kubwa na umwagaji damu, lakini wananchi wanaweza kulazimika hukimbia kwenda kutafuta hifadhi nje ya nchi yao au mahali pengine nchini humo humo. Aidha baadhi ya watu wa kawaida hufanya uhalifu, hasa wa kupora mali kufuatia ombwe hilo kubwa linalosababishwa na kutokuwapo kwa kiongozi wa nchi. Katika shughuli za ulinzi, kuzuia tukio kabla ya kutokea ni hatua muhimu sana.

Matukio Mengine Mbalimbali

Umeme wazimika Mwanza wakati wa ugeni wa Rais Nasser

Miaka 1960, Mwalimu Nyerere, alialikwa na Rais wa Misri, Mheshimiwa Abdel Nasser. Baada ya ziara hiyo jijini Cairo, ambako nilikuwa mmoja miongoni mwa msafara wa watu waliofuatana naye, Rais Nasser pia alialikwa na Mwalimu Nyerere kuitembelea Tanzania, ziara iliyomfikisha Rais Nasser hadi Mwanza, akapangiwa kuhudhuria tafrija iliyofanyika usiku kwenye uwanja wa mpira wa Nyamagana. Akiwa huko pamoja na wenyeji wake, taa za TANESCO zilizimika ghafla, tukio ambalo lilisababisha sisi katika vyombo vya ulinzi na usalama tuchukue hatua za kiusalama tayari kwa lolote tukasimama kwa kumzunguka tuwe kizuizi *(human cordon)* sisi maofisa usalama wenyeji chini ya uongozi wangu na wale toka Misri chini ya kiongozi wao. Jenereta ya umeme ya akiba lilikuwapo, lakini lilichelewa kuwashwa. Kuzimika huko kwa umeme ilikuwa hitilafu ya umeme ya kawaida. Rais Nasser alirudi Dar es Salaam kama ilivyopangwa, akarudi kwake Misri salama akafariki nchini kwake miaka michache baadaye.

Hewa chafu katika gari karibu ihatarishe maisha ya Kawawa na Waziri Mkuu mwenzake wa Misri

Vilevile miaka hiyo ya 1960, Waziri Mkuu Mheshimiwa Rashid Mfaume Kawawa, akiwa Misri kwa mwaliko wa Waziri Mkuu mwenzake wa Misri, karibu wapoteze maisha wakiwa ndani ya gari mchana wakielekea mahali walipopangiwa kufuatana na ratiba. Gari hilo lenye pazia katikati na kiyoyozi *(air conditioner)* bila dereva na maofisa usalama kufahamu, lilikuwa linapitisha moshi pole pole kwa ndani upande wa viti vya nyuma walikoketi viongozi hao wawili. Kwa bahati, mlinzi wa karibu wa Mheshimiwa Kawawa aliyekuwa amefuatana naye, alihisi kuwa hali haikuwa kawaida kwa viongozi walioketi nyuma. Aliomba dereva wasimame ndipo wakagundua kwamba Mawaziri Wakuu wote wawili walioketi nyuma walikuwa katika hali mbaya sana kutokana na kuvuta hewa chafu iliyovuja kwa ndani kutoka katika bomba la moshi katika injini *exhaust pipe*. Walipelekwa kwa haraka katika hospitali ya karibu wakapewa huduma ya haraka wakarudia hali yao ya kawaida. Walikuwa kama wamezimia hivyo kama siyo mlinzi wake Stephen Marwa kumwomba dereva wasimame kuangalia hali ya viongozi hao wawili kwenye viti vya nyuma, au kama hewa hiyo chafu ingekuwa upande wa dereva, mbele ya gari, angeshindwa kumudu usukani baada ya kuvuta hewa hiyo chafu na jambo baya zaidi lingetokea. Bwana, Stephen Marwa, aliyekuwa mmoja wa walinzi wa kwanza wa hayati Mheshimiwa Rashid Kawawa, na yeye sasa ni marehemu.

Tukio la Uingereza

Utaratibu wa ulinzi kutopewa kipaumbele zaidi kuliko mipango ya itifaki na mingine ya aina hiyo, karibu uingize dosari kubwa katika historia ya vikao vya nchi wanachama wa Jumuiya ya Madola, kati ya tarehe 7 na 12 katika mwezi Julai 1964. Baadhi ya wahuni wazungu mjini London walitumia nafasi iliyotokana na udhaifu wa mipango ya ulinzi wa kiongozi mashuhuri wa nchi moja ya Afrika Mashariki, wakajiandaa nje ya lango la mbele ya hotel ya London Hilton, wakidhaniwa kuwa mapaparazi wanaotaka kuchukua picha za viongozi wa waliofikia katika hoteli hiyo. Mwalimu Nyerere pia alikuwa mmoja wa viongozi wa waliofikia katika Hotel hiyo ya London Hilton na mimi nilikuwa mmoja wa watu aliofuatana nao.

Baadhi ya walinzi wa kiongozi huyo hawakutoka nje kwanza ili kuwa tayari kwa lolote ambalo lingeweza kutokea kwa kuzingatia kwamba siyo tu hoteli hiyo kubwa ya kimataifa ilikuwa na watu wengi mchanganyiko, lakini pia nje palikuwa ni moja ya mitaa ya London yenye pilika pilika nyingi za magari mengi na umati mkubwa wa waendao kwa miguu.

Wakati wa kupita katika milango ya kuzunguka *(revolving doors)* kiongozi wa nchi ndiye alitangulia mbele, ujumbe wake pamoja na walinzi walifuata nyuma. Mara kiongozi huyo Mzee Jomo Kenyatta, Rais wa kwanza wa Kenya, alivamiwa na wahuni hao ghafla huku baadhi yao wakipiga picha za vurumai hiyo. Kiongozi hakuanguka chini, wala hawakumdhuru kwa namna yoyote, lakini waliohusika na mipango ya ulinzi walilaumiwa.

Serikali ya Uingereza iliomba radhi kwa kiongozi huyo lakini Rais Jomo Kenyatta pamoja na ujumbe wake walirejea Kenya kabla ya mwisho wa kikao hicho kwa sababu hiyo. Huo ndio mfano hai mojawapo wa mambo yanayoweza kutokea mahali ambapo ulinzi unawekwa nyuma na mambo mengine yakawekwa mbele.

Kama nilivyosema kiongozi wa nchi ana maisha ya namna mbili – maisha ya kisiasa, na maisha ya kawaida ya uhai aliopewa na Mungu wa kuvuta hewa na kupumua. Maisha ya aina zote mbili lazima yalindwe kwa sababu yote ni muhimu. Katika tukio la Uingereza, ulinzi ulielekezwa zaidi upande wa maisha ya kisiasa na kusema acha Rais na mawaziri watangulie mbele kwanza, walinzi wafuate nyuma; kinyume cha hapo ni walinzi kuonekana kuwa wanajitia kimbele mbele, wapigwe picha za kwanza pamoja na Rais au kwamba ni watovu wa nidhamu. Lakini jambo baya likimpata kiongozi wa nchi wanaemlinda gharama zake ni kubwa sana na walinzi ndio hulaumiwa kwa mabaya yatakayotokea dhidi ya kiongozi waliyepewa jukumu la kumlinda.

Ndege yaharibikia angani, Jamhuri ya watu wa Kongo

Siku moja katika miaka 1965, Mwalimu J. K. Nyerere pamoja na viongozi wa nchi nyingine jirani na Zaire (sasa DRC) walialikwa mjini Kinshasa na aliyekuwa rais wa nchi hiyo Hayati Mobutu Sese seko wa Zabanga kwenda kushuhudia uzinduzi wa mradi fulani katika moja ya mikoa nchini humo. Mwalimu Nyerere na ujumbe wake walitumia ndege ya aina ya Comet 4 iliyokodiwa toka Shirika la Ndege la Afrika Mashariki kabla halijavunjika mwaka 1977. Mara baada ya kuwasili uwanja wa ndege wa Kinshasa, ujumbe mwingine toka Gabon ukiongozwa na Rais Bongo pamoja na ule wa Tanzania walielekezwa kwenda kupanda ndege moja ya Jeshi la Zaire aina ya Fokker Friendship. Rais Bongo sasa ni marehemu.

Dakika kama 25 baada ya ndege kutoka uwanja wa ndege wa Kinshasa, ikiwa angani kuelekea sehemu ya ufunguzi wa mradi; ilipata hitilafu katika injini ya upande mmoja, injini hiyo ikasimama, ndege ikawa inasafiri kwa injini moja tu wakati huo. Wasiwasi ulituingia abiria karibu wote ambapo wakati huo tulikuwa tumeanza kupewa vinywaji baridi au chai kufuatana na mahitaji ya kila abiria. wachache waliendelea kunywa au kula chochote. Balozi wa Tanzania wakati huo natumaini alikuwa ni Hayati Balozi Andrew Tibandebage. Rubani aligeuza ndege kurudi Kinshasa, lakini kutokana na ndege kutumia injini moja badala ya mbili, muda uliotumiwa kurudi uwanja wa Kinshasa toka sehemu ambapo mkasa huo ulitokea ulikuwa mrefu sana kuliko ule wa kwenda ilipokuwa na injini mbili zikifanya kazi. Rubani alishusha ndege kutoka umbali wa juu zaidi kuja chini kidogo. Ndege iliwasili uwanja wa Kinshasa bila abiria kutegemea, kila mmoja alikuwa kimya kwa woga na hofu.

Baada ya ndege kutua chini, vikundi vya zimamoto vilikuwa tayari na karibu ili kufanya kazi yao kama pangetokea jambo lolote baya. Ndege ilitua salama. Serikali ya Zaire ilikuwa tayari imetayarisha ndege nyingine badala ya hiyo iliyopatwa na matatizo. Abiria wote walipoteremka salama, tulipeana pole na Mwalimu Julius Nyerere kwa kushikana mikono.

Wakati kila abiria anafurahi kutoka katika ndege hiyo iliyopatwa na matatizo ya injili angani, mara tukaambiwa na Balozi wa Zaire nchini Tanzania wa wakati huo, tuingie katika ndege nyingine ambayo ilionekana imeandikwa ubavuni *"AIR COMORO"*. Baadaye uchunguzi wangu wa haraka haraka ulibaini kuwa ndege hiyo ilikuwa inauzwa lakini mpaka wakati huo ilikuwa haijafanyiwa majaribio ya kurushwa, hivyo kama ni kwenda safari hiyo na viongozi hao wa nchi, ndiyo ingekuwa safari ya majaribio kabla ya kuuzwa. Wafanyakazi wote humo walikuwa Wazungu. Huo ulikuwa utaratibu ambao sikuukubali kwa sababu za kiusalama.

Kama kawaida nilitoa ushauri kwa Baba wa Taifa tusisafiri na ndege hiyo, alisita kukubali, lakini baada ya kupanda na kuketi ndani ya ndege hiyo, alibadili mawazo ghafla akasema kuwa haendi safari hiyo. Hivyo ujumbe wa Tanzania haukuwa tayari kusafiri tena na ndege hiyo kumfuata Rais Mobutu huko alikokuwa ametangulia na ndege yake. Ujumbe wa Tanzania ulirudi mahali tulipopangiwa kulala hadi mwenyeji wetu Rais MOBUTU ambaye pia sasa ni marehemu aliporudi, akaelezwa na Mwalimu J. K. Nyerere hali ilivyokuwa, lakini Rais Mobutu Sese Seko Kuku Bendu wa Zabanga ilielekea kuwa hakuridhishwa na maelezo aliyopewa na Mwalimu Nyerere kwa nini ujumbe wetu haukwenda kwenye sherehe kama ilivyopangwa. Mwalimu Nyerere akamwambia kuwa mila na desturi za Kiafrika ni kwamba mgeni akiwa kwako anapokataa jambo fulani huo ndio huwa mwisho mwenyeji wake kulalamika kuhusu jambo hilo ambalo mgeni wake halitaki.

Safari kwa miguu toka Butiama hadi Mwanza kuunga mkono Azimio la Arusha

Katika sera muhimu sana nchini, bila shaka Azimio la Arusha lilikuwa na umuhimu wa pekee kabisa, kushinda wakati wowote katika historia ya nchi yetu. Azimio la Arusha lilikuja kwenye kilele cha wiki nane Mwalimu akiwa ziarani nchini kwa kujionea mwenyewe hali halisi ya maisha ya Watanzania. Halmashauri Kuu ya Chama cha TANU ilikutana Arusha na kupitisha Azimio, ambalo Mwalimu Nyerere alilitagaza tarehe 5 Februari 1967, katika uwanja wa Mnazi Mmoja karibu na Arnatoglo Hall. Baada ya kutangazawa kwa Azimio la Arusha ambalo lilielezea Siasa ya TANU ya Ujamaa na Kujitegemea, maelfu kwa maelfu ya wananchi walijitokeza kuliunga mkono na njia moja ya kufanya hivyo ilikuwa ya matembezi.

Mfano mzuri, yalikuwa matembezi ya kijana mmoja Seti Benjamin, aliyoyafanya kutoka Arusha kuja Dar es salaam kwa miguu lakini kwa bahati mbaya akiwa njiani alipatwa na matatizo ya kiafya na kufariki dunia, na kwa hivyo kuwa mhanga wa kwanza wa Azimio. Bila shaka Mwalimu Nyerere, kwa kutembea kutoka Butiama alikokuwa amekwenda kwa likizo fupi hadi Mwanza, umbali wa maili 133, alikuwa akiunga mkono hatua ya vijana ya kutembea ili kuonyesha kuunga mkono kwao kwa Azimio hilo. Tarehe 3 Oktoba 1967 asubuhi, bila kuwaarifu walinzi, wahudumu wake wa nyumbani au watu wengine aliokuwa nao kutoka Dar es Salaam, na viongozi wa Mkoa wa Mara, aliamua kutembea kwa miguu kutoka kijijini kwao Butiama hadi Mwanza kupitia Kiabakari kama ishara ya kuunga mkono Azimio la Arusha.

Katika hali hii ulinzi wake haukuwa umeandaliwa vizuri kama ambavyo ingekuwa; kama ingefahamika mapema. Vyombo vyote vilivyohusika na mipango ya usalama katika hali ya hiyo – polisi na Kitengo cha Ulinzi wake vililazimika kufanya mipango ya dharura kwa sababu hapakuwa na njia nyingine isipokuwa hiyo. Ulinzi huo wa dharura lazima uzingatie mambo mengi – magari mengi na watu wengi njiani wakiwemo vichaa, tatizo la vumbi, giza, chakula njiani, malazi katika mahema, matibabu kwa tahadhari ya baadhi ya walioshiriki, kuchoka na pengine kuanguka au kushindwa kabisa kutembea kutokana na miguu kuvimba au kupata malengelenge. Safari hiyo ilikuwa kielelezo kikubwa kuwa Mwalimu Nyerere alikuwa na moyo wa ujasiri. Mwalimu Nyerere alikuwa mtu wa kujituma na kiongozi wa kuonyesha mfano. Msafara uliwasili Mwanza salama tarehe 9 Oktoba 1967 baada ya matembezi ya siku saba; wastani wa matembezi ya maili 19 kwa siku, bila mazoezi yoyote ya kutembea kwa miguu kabla ya hapo.

Giriki aliyesema Serikali iko mikononi mwake

Miaka ya 1970, Mgiriki aliyejulikana kama George Reparus ilithibitika alikuwa akichimba, madini aina fulani huko Arusha akatajirika kiasi cha kujitapa kwamba serikali yote ya Tanzania ilikuwa mikononi mwake, wakati uchimbaji huo haukufuata taratibu zilizowekwa na kufanya uchimbaji huo uwe ni kitendo cha kuhujumu uchumi. Baada ya Mwalimu Nyerere kupewa taarifa za uthibitisho kuhusu jambo hilo aliagiza Mgiriki huyo akamatwe mara moja na kuwekwa kizuizini. Jitihada za kumwachia kutoka kwa rafiki zake katika nchi jirani ya Kenya pamoja na mkewe aliyekwenda hadi Msasani kumsihi Mwalimu Nyerere amwachie mumewe, hazikufanikiwa, mpaka Rais wa Cypuras Askofu Mkuu *(Archbishop)* Makarrios alipokuja kutembelea Tanzania miaka hiyo ya 1970, ndiye alimsihi mwenyeji wake Mwalimu Julius K. Nyerere amwachie George Reparus raia wa nchi yake. Baba wa Taifa alikubali kwa masharti kwamba George Reparus atakapoachiwa asirudi tena Tanzania.

Mwalimu akataa kuonana na Idd Amin

Baada ya Idd Amin kuchukua madaraka ya kuongoza Uganda katika miaka ya 1970 kufuatia mapinduzi ya kijeshi yaliyoongozwa na yeye Idd Amin na kumwangusha aliyekuwa rais wake Mheshimiwa Milton Obote akiwa katika mkutano wa viongozi wa nchi wanachama wa Jumuiya ya Madola huko Singapore mwaka 1971; Idd Amin alianza pia kuhudhuria vikao vya Umoja wa Nchi Huru za Afrika (OAU) kama viongozi wengine kabla ya majeshi yake kupigwa na majeshi ya Tanzania na kushindwa. Hali ya uhasama uliokuwapo kati ya Tanzania na Uganda chini ya uongozi wa Idd Amini haina haja ya kuelezwa hapa tena kwa vile, tayari imo katika vitabu vya historia kuhusu vita vya Kagera. Baba wa Taifa hakutaka kukutana na Idd Amin popote pale hata katika vikao vya OAU, na katika lifti ndani ya hoteli walimofikia viongozi wote wa nchi.

Pamoja na jitihada zote kufanywa ili viongozi hawa wasikutane, siku moja katika kikao cha OAU kilichofanyika miaka hiyo ya 1970 mjini Addis Ababa, Ethiopia, Idd Amin ambaye vitendo vyake baadhi havikutabirika, hakuweza kuzuilika kwa urahisi asimwamkie Mwalimu Nyerere katika ukumbi wa kikao cha viongozi wa Nchi Huru za Afrika kwa vile yeye pia alikuwa amehudhuria kama mmoja wa viongozi hao wenye hadhi ya urais anayepigiwa mizinga 21 ya heshima kama wengine ingawa wadhifa huo alikuwa hakuupata kwa njia ya kidemokrasia.

Idd Amin alitangulia kupewa fursa na Mwenyekiti wa kikao hicho Mfalme Haile Selassie wa Ethiopia kuhutubia kikao hicho katika ukumbi, ilikuwa mchana. Mara alipomaliza kusoma hotuba yake wakati wa kurudi kwenye nafasi yake ya kukaa, alipokaribia safu ya viti ulipoketi ujumbe wa Tanzania, aligeuka ghafla ki – askari na kuelekea sehemu aliyokaa Mwalimu Nyerere viti vya mbele katika safu ya viti vya ujumbe wetu jirani sana na njia iliyoachwa wazi kwa ajili ya viongozi hao kupita kutoka au kwenda juu ya jukwaa kuu mbele ya ukumbi. Katika mikutano au vikao vya kimataifa kama hicho, nafasi yetu walinzi ilikuwa ni kukaa karibu na kiongozi wetu wa nchi. Maofisa wa itifaki walijua utaratibu huo, hivyo ndivyo ilivyokuwa siku hiyo.

Mwalimu Nyerere alifahamu tabia yangu pamoja na uwezo wangu kikazi hivyo Idd Amin alipoelekea kwake, Mwalimu Nyerere alijua katika hali hiyo ingekuwa vigumu sana kwangu kujali zaidi maisha yake ya kisiasa kuliko uhai aliopewa na Mungu. Mbali na hivyo, alifahamu pia kwamba kwa kauli yake yeye mwenyewe alikuwa ametuagiza kuwa asingetaka kukutana na Idd Amin. Alitoa maagizo hayo kwetu kama Rais, kwa hiyo alifahamu kwamba maagizo yake, mimi na maofisa wa kazi yetu chini ya uongozi wangu, yalikuwa ni amri. Kufumba na kufumbua nilikuwa nimesimama karibu sana na Mwalimu Nyerere na wakati huo huo maofisa wasaidizi wangu walikuwa pia tayari wakiwa katika hali ambayo ilionekana wazi kuwa pangetokea tukio baya sana katika historia ya vikao vya umoja huo wa nchi huru za Kiafrika. Walinzi wa Idi Amini pia kwa upande wao walikuwa katika hali ya kutuangalia tunafanya nini katika hali hiyo.

Idi Amini alikuwa kiongozi wa kijeshi, angeweza akawa na silaha ndogo inayofichika au vitu vingine vyenye madhara. Alikuwa ameua watu wengi hivyo kuua lingekuwa jambo jepesi kwake. Mwalimu Nyerere mara moja alifahamu madhara makubwa ya kisiasa ambayo yangetokea kama tungechukua hatua za kumsukuma Idi Amin au zaidi ya hivyo, ili asishikane naye mkono ambapo yeye Idi Amin ndiye alikwenda kumwona bila sababu na hakuwa na nia mbaya, ingawa hakufuata taratibu. Mwalimu Nyerere alipoona tumemzunguka kiasi cha kuwafanya hata wajumbe waliokuwa katika ukumbi wawe na wasiwasi mkubwa kuwa janga baya lingetokea, alitamka "Mbe "Petro acha bwana". Hasira na wasiwasi kwetu sisi walinzi na upande wa ujumbe wa Tanzania kwa ujumla zilipungua, lakini walinzi tulikuwa tayari kuzuia lolote ambalo lingetokea kwa Mwalimu Nyerere, kutoka upande wa Idi Amin. Hii ndiyo sababu watu wa jukumu hili huitwa kwa kiingereza kama *"Body Guards"* kwa sababu wao ni kama "ngao ya kumlinda kiongozi wa nchi" asidhurike.

Baada ya hapo mambo yalikwenda shwari. Tuliporudi katika hoteli tulipofikia ya Addis Ababa Hilton, nilikwenda kumwona Mwalimu Nyerere kupata maoni yake kuhusu tukio hilo, jibu lake lilikuwa kwamba Idi Amini hakuitwa au kukaribishwa na mtu yeyote toka upande wetu kwenda kumwona, hivyo hapakuwa na sababu mbele ya ushahidi wa wajumbe wote wa umoja huo kutoka nchi za Afrika kumkataza Idi Amin kwenda kumwona. Kwamba lisingekuwa jambo la busara sisi upande wetu kutoka Tanzania kufanya kitendo chochote kibaya kwa Idi Amin katika kikao hicho ambacho alihudhuria kama kiongozi wa nchi yake na isitoshe hakuwa ametenda kitendo kibaya kwenda kumwamkia. Kama angezuiwa ingetoa picha kwamba kiongozi wa Tanzania ndiye hakutaka uhasama kati yao usuluhishwe iwapo yeye Mwalimu Nyerere angekataa Idi Amin asimwamkie.

Idi Amin ndiye alikuwa hafuati masharti ya usuluhishi uliokuwa ukifanywa. Wakati huo alikuwa hajavamia sehemu ya nchi ya Tanzania katika Mkoa wa Kagera; na kutamka kuwa ni sehemu ya nchi yake. Ni uvamizi huo ndio uliosababisha vita vya Kagera kuanza miaka michache baada ya kikao hicho cha OAU.

Idi Amin alikuwa tofauti na aliyekuwa Rais wa Nne wa Nigeria miaka hiyo ya 1970; Jenerali Yakub Gowan wakati wa mgogoro wa Biafra kutaka kujitenga. Katika kikao kingine cha OAU mjini Addis Ababa, Rais Yakub Gowon aliomba kuonana na Mwalimu Nyerere, akakubaliwa, mipango ikafanywa wakakutana; wakazungumza, hapakuwa na wasi wasi wala hofu upande wetu wala ule wa Nigeria.

Tukio la Ndola, Zambia

Tarehe 12 Januari 1967, mchana wakati wa ziara ya shughuli za kisiasa nchini Zambia Mwalimu J. K. Nyerere alikwenda Ndola kutoka Lusaka akifuatana na mwenyeji wake Rais Kenneth David Kaunda. Akiwa huko alipangiwa kuhutubia wananchi wa sehemu hiyo karibu na Edinburgh Hotel aliyopangiwa kupumzika na kula chakula cha mchana, kabla ya kurudi Lusaka siku hiyo. Alipokuwa katika jukwaa na mwenyeji wake ambaye sasa ni Rais Mstaafu Kenneth David Kaunda wa Zambia, kutokana na uzoefu wangu wa kazi hii; nilimwona mtu ambaye alikuwa anaonekana anataka kujisogeza toka nyuma ya umati wa watu kupenya hadi sehemu karibu na jukwaa. Nilimbonyeza ofisa mmoja wachini yangu amtupie mtu huyo jicho bila huyo mtu kufahamu kuwa alikuwa chini ya uchunguzi. Mara mtu huyo alipenya kwa kupita kwa uangalifu watu waliokuwa mbele yake kwa madhumuni ya kwenda karibu na jukwaa; Fred Mwangota ambaye sasa ni marehemu, alifanya kazi yake vizuri akamzuia kwa nguvu zote kwa kumpiga judo. Maofisa wenyeji waliohusika na mambo ya usalama walishangaa ni vipi maofisa wageni wameweza kumzuia mtu huyo. Alipoulizwa mtu huyo alisema yeye alikuwa Mtanzania ambaye alikuwa hajamwona Rais Nyerere wala kuamkiana naye, hivyo alitaka kumwamkia. Suala zima kuhusu mtu huyo liliachwa mikononi mwa idara inayohusika nchini Zambia.

Tukio la Mogadishu, Somalia

Wakati wa ziara ya Baba wa Taifa Mwalimu J. K. Nyerere nchini Somalia katika miaka ya 1970, siku moja mchana yeye na mwenyeji wake, wakati huo akiwa Rais Mohamed Siad Barre, ambaye sasa ni marehemu, walikwenda kuangalia mashamba ya umwagiliaji maji nje ya mji wa Mogadishu, Somalia. Katika eneo mojawapo la mashamba hayo, Mwalimu Nyerere alikuwa amepangiwa kuhutubia wananchi, hivyo mipango ya usalama iliandaliwa ambayo ni pamoja na kuzungushia kamba *(rope cordon)* sehemu ambayo Marais na viongozi wengine wangekaa katika msafara huo.

Nilimwona mlemavu wa miguu, siyo mikono, miongoni mwa kundi kubwa la watu ambaye kutokana na mafunzo pamoja na uzoefu wa muda mrefu, sio jambo la kuchukulia kirahisi tu kuwa ni mlemavu hivyo hawezi kuleta madhara. Yeye kama binadamu wengine alikuwa na shauku ya kuwaona viongozi hao wa nchi kwa karibu sana. Alitaka kwenda kuamkiana na viongozi bila mpango, niliwaarifu wenyeji wetu kuhusu shaka yangu, wakajibu kuwa hawakuwa na shaka juu ya mtu huyo, wangemdhibiti. Mara mtu huyo alijivuta haraka kuelekea kwenye jukwaa. Alikuwa hakupekuliwa kwanza na maofisa wenyeji wetu kuthibitisha kuwa hakuwa na kitu cha madhara.

Kwa kuwa nilikuwa karibu naye, nilimzuia, hatua ambayo hakuipenda akapiga kelele, Mwalimu Nyerere alipoona hivyo, hakupendezwa akatamka kwa sauti "Mwachie huyo". Nilifanya hivyo, mlemavu akaitwa akaenda hadi kwa Mwalimu Nyerere akapewa kama shilingi 3,000/= au zaidi, ndipo akamruhusu kutoka. Sikufanya kitendo cha ukatili, nilifanya kazi niliyopewa na Taifa. Nilifahamu kitendo hicho kingemuudhi Mwalimu Nyerere na wengine lakini kasi ya mtu huyo kuelekea jukwaani ilihitaji hatua za haraka. Nilieleweka, Mwalimu Nyerere alifahamu kuwa nisingechukua hatua kama hizo bila sababu za kimsingi, hakuniuliza baadaye vipi nimefanya hivyo.

Mipango ya itifaki nchi za nje

Katika baadhi ya ziara za Mwalimu Nyerere nchi za nje, mipango ya itifaki ilikuwa inatupa shida kuhusu nafasi yetu katika misafara ya magari pamoja na mahali pa kulala. Wenyeji wetu walituchukulia kama wajumbe wa kawaida wasiokuwa na ulazima wa kuwa karibu na kiongozi wetu wa nchi kwa madai kwamba ulinzi ulikuwa mikononi mwa maofisa walinzi katika nchi hizo. Hata hivyo tuliweza kuzungumza na wenyeji wetu na wakati mwingine kuwaeleza mabalozi wetu katika nchi hizo, tukakubaliwa kupata nafasi ya kuwa karibu na Baba wa Taifa kama walinzi wake, siyo watalii.

Hali hii iliwahi kutokea China mwaka 1965 wakati wa ziara mojawapo alizofanya Mwalimu Nyerere katika nchi hiyo, Balozi wetu wakati huo akiwa Hayati Tewa Said Tewa aliyetuunga mkono tukapata nafasi yetu katika msafara wa magari kama walinzi siyo wajumbe wa kawaida. Baadaye walinzi ambao walikuwa wenyeji wetu walikuja kunisifu kwa msimamo wangu huo wa kuwa karibu na kiongozi wetu wa nchi hata katika nchi hiyo ambayo mipango yao ya ulinzi ni ya hali ya juu. Nilikuwa nimetangulia China kwa madhumuni hayo, kabla Mwalimu Nyerere na wajumbe wengine kuwasili.

Safari nyingine ni mwaka 1971 tukiwa nchini Singapore kwenye kikao cha nchi wanachama wa Jumuiya za Madola ambapo ilibidi nitumie mbinu za kuwa nashika kifimbo cha Mwalimu Nyerere kuniwezesha kusafiri katika gari moja naye hadi ndani ya ukumbi wa kikao na kurudi tulipopangiwa kungojea. Baada ya kikao tulirudi naye kila siku katika hotel ya Singapore Hilton hadi mwisho wa kikao hicho.

Idi Amin aangusha mabomu Mwanza

Baada ya Idi Amin kuiangusha kijeshi serikali ya Hayati Rais Milton Obote wakati akiwa kwenye kikao cha nchi wanachama wa Jumuiya ya Madola nchini Singapore mwaka 1971 na kupata hifadhi ya wakimbizi wa kisiasa nchini Tanzania, uhasama ulianza kwa vile Tanzania pamoja na nchi nyingine zilimtambua Hayati Rais Obote kuwa alikuwa bado Rais halali wa Uganda.

Uhasama kati ya Tanzania na Uganda chini ya uongozi wa Idi Amin ulianza kuwa mbaya zaidi miaka hiyo ya 1970 wakati kile kilichodaiwa kuwa jaribio lililoshindwa la Hayati Rais Obote kutaka kuingiza kundi la wapiganaji wake ndani ya Uganda kupitia mkoa wa Kagera ili kumwondoa madarakani Idi Amin, naye ndipo akaanza kutumia ndege zake za kivita kutupa mabomu mjini Mwanza. Kilichozidisha uhasama zaidi kati ya nchi hizi mbili jirani ni pale Idd Amin alipomega sehemu ya ardhi ya Tanzania mkoani Kagera na kutangaza kuwa ni sehemu ya ardhi ya Uganda.

Mwalimu Nyerere kama Amiri Jeshi Mkuu aliwatangazia wananchi katika ukumbi wa jengo la Diamond Jubilee Dar es Salaam baada ya Idi Amin kuangusha mabomu Mwanza mara ya kwanza kuwa akirudia tenakuangusha mabomu Mwanza, atatangaza vita kati ya nchi hizi mbili. Idi Amin aliendelea kwa mara ya pili kutupa mabomu mjini Mwanza.

Ilibidi Mwalimu Nyerere aende Mwanza kuona madhara yaliyosababishwa na mabomu hayo pamoja na kuwapa pole wakazi wa Mwanza na vitongoji vyake. Katika kikao na viongozi wa CCM pamoja na wananchi wengine katika ukumbi wa chama hicho mjini Mwanza wakati wa ziara hiyo suala la kutangazwa vita liliulizwa, kwa vile Mwalimu Nyerere alikuwa bado kutangaza vita.

Kwa ufupi, Mwalimu alijibu swali hilo kuwa yeye kama Rais na Amiri Jeshi Mkuu, akitangaza vita maana yake ni kwamba askari wa JWT waende wakapigane vita hiyo na baadhi yao wakafe na pia waende kuua raia wa Uganda wasio na hatia siyo tu kuuwa wanajeshi wa Uganda. Alimaliza kwa kusema kuwa vita siyo lelemama.

Mipango ya kutaka kupindua serikali

Kadiri ya kumbukumbu yangu; yamekuwepo majaribio mawili ya kutaka kupindua serikali ya Jamuhuri ya Muungano wa Tanzania upande wa Tanzania Bara. Jaribio la kwanza ni mwaka 1968, nikiwa bado kazini. Naligusia hili kwa vile lilikuwa tukio la kwanza la kipekee katika historia ya nchi yetu mbali na maasi ya askari wa Jeshi la Tanganyika Rifles mwaka 1964. Mipango ya mapinduzi lengo lake kubwa *(main objective)* huwa ni kumtoa katika madaraka kiongozi wa nchi ambaye pia ni Amiri Jeshi Mkuu, ambaye kwa wakati huo alikuwa ni Mwalimu Nyerere. Taarifa za mipango hiyo zilipatikana mapema, sheria ikachukua mkondo wake kabla ya kufikia hatua ya kutekelezwa.

Jaribio la pili la kutaka pia kupindua serikali wakati wa uongozi wa Mwalimu Nyerere baada ya hilo la kwanza, silielezi katika kitabu hiki kwa sababu tayari nilikuwa nimestaafu kazi wakati huo, lakini ni mwaka 1984 ambalo pia mipango yake ilijulikana mapema na sheria zikachukua mkondo wake.

Mauaji ya Rais wa serikali ya Mapinduzi Zanzibar

Mauaji ya Rais wa kwanza wa Serikali ya Mapinduzi Zanzibar, ambaye pia kwa wakatihuo alikuwa Makamu wa Kwanza wa Raisi, katika Jamuhuri ya Muungano wa Tanzania, Sheikh Abeid Amani Karume mjini Zanzibari tarehe 7.4.1972, lilikuwa tukio baya la aina yake, lililotikisa Jamuhuri ya Muungano, ikizingatiwa kuwa waliohusika katika kitendo hicho cha uhaini walikuwa wanajeshi waliopewa dhamana ya kulinda taifa lao.

Baba wa Taifa alipohudhuria mazishi ya kiongozi huyu huko Zanzibar nilikuwa miongoni mwa watu waliofuatana nae kutoka Tanzania Bara. Akiwa Rais wa Jamuhuri ya Muungano na Amiri Jeshi Mkuu, palikuwa na ulinzi wa hali ya juu kwa sababu tukio hilo lilikuwa la ghafla, hivyo haikujulikana mara moja baada ya kutokea iwapo idadi ya wahaini ilikuwa ni wale tu waliopigwa na walinzi na kufa au palikuwa na wengine ambao walikuwa hawajafahamika wakiwa mafichoni. Baada ya mazishi hayo Baba wa Taifa alikwenda hospitali kumjulia hali kiongozi mwingine aliyekuwa mashuhuri sana katika serikali ya Muungano Mzee Thabit Kombo Jecha aliyejeruhiwa na risasi akiwa pamoja na hayati Karume. Mzee Thabit Kombo Jecha alipona majeraha hayo, akafariki baadaye kutokana na maradhi.

Hili lilikuwa pia changamoto kubwa la kiulinzi la aina yake kutokea katika nchi hii. Ikumbukwe pia kama nilivyosema huko nyuma kuwa muda si mrefu kabla ya tukio hili hapa Tanzania, mwanasiasa maarufu sana nchini Kenya, Hayati Tom Mboya alikuwa pia ameuawa kwa kupigwa risasi katika jiji la Nairobi wakati akitoka kwenye duka la kuuza dawa mchana. Ingawa mtu aliyempiga risasi na kumuua alikuwa siyo askari kama ilivyokuwa Zanzibar, lakini sababu ni za namna moja za kisiasa, kwa hiyo mauaji ya viongozi hawa wawili wa kisiasa yalikuwa ni kwa sababu za kisiasa katika nchi hizi mbili jirani za Afrika Mashariki.

Cheo – Matokeo ya Kazi Nzuri

Wakati wa utumishi wangu katika serikali ya kikoloni kuanzia mwaka 1950 hadi tunajitawala tarehe 9 Desemba 1961, sikuomba kupelekwa kwenye mafunzo au kupandishwa cheo hata mara moja. Hayo niliwaachia wakubwa wangu wa kazi waliofahamu utendaji wangu wa kazi tabia na kuweza kuona iwapo nafaa kupelekwa kusoma nje, hapa hapa au kupadishwa cheo bila kupelekwa kwenye masomo zaidi. Kwa kiasi kikubwa kama nilivyoeleza, nilijivuta mwenyewe toka chini hadi juu baada ya kuajiriwa katika jeshi la polisi kutoka ngazi ya askari wa kawaida *(Constable)* na kupanda ngazi moja hadi nyingine mpaka hapo nilipofikia kama Mrakibu Mwandamizi wa Polisi *(Senior superintendent of police)* tangu tarehe 1 Juni 1962 na Mkurugenzi Mkuu Msaidizi *(Assistant Director General)* katika iIdara ya Usalama wa Taifa, kuanzia tarehe 1 Julai 1973. Nafarijika zaidi kwa sababu, mosi, nilipojiunga na jeshi la polisi mwaka 1950, sikuwa na chembe ya matumaini kwamba pana siku ningepandishwa ngazi toka chini kama askari wa kawaida kwenda juu kwa vile sikuwa nafahamu kitu "Muundo" ama katika Jeshi la polisi au katika ajira nyingine serikalini ukoje. Pili msingi wangu wa elimu kama nilivyoeleza huko nyuma haukunipa matumaini makubwa ya kusonga mbele zaidi. Vilevile wakati wa ukoloni hapakuwa na masuala ya kubebwa na rafiki au mjomba kusudi upande ngazi bila kuwa na sifa pamoja na kukidhi vigezo vingine vilivyotakiwa. Nilichoweka mbele ni kuwa mwaminifu, kufanya kazi kwa kujiamini na kwa bidii bila kungoja kusimamiwa. W.P. Mathieson aliyekuwa mkuu wangu wa kazi katika *Special Branch*, Mwanza enzi za ukoloni ndiye alipendekeza jina langu kwa Kamishna wa Polisi Geofrey Wilson aliyenifanyia usaili mwaka 1959, nikashinda na kupendekezwa kwenda Uingereza kusoma. Afisa huyu alikumbuka bidii yangu na ya Amri Kweyamba kazini na akatutaja kwa majina katika kitabu chake alichoandika baada ya kurudi kwao Uskochi kiitwacho, *Chequered Career* na kutusifia kwenye ukurasa wa 163, kwamba tulikuwa maafisa wafanya kazi hodari. Mathieson aliniletea kitabu hicho na kama nilivyosema awali, ndiye aliyekuwa Kaimu Mkurugenzi wa *Special Branch* aliyekabidhi madaraka hayo kwa E.C. Mzena wakati wa kilele cha Afrikanaizeshi. J. A. Robinson, aliyekuwa pia mmoja wa maafisa wazungu waandamizi katika polisi alifahamu utendaji kazi wangu mzuri bado nikiwa katika kazi za kuvaa unifomu nikiwa na cheo cha Koplo katika Kituo Cha Kati Dar es Salaam. Mwaka 1960 Robinson alipokuwa likizo kwao Uingereza, mbali na kuniandikia barua ya kunisifu kazi yangu nikiwa sijaenda kusoma Uingereza alipata muda, badala ya kupumzika kuja kunijulia hali na maendeleo yangu katika chuo cha *Metropolitan Police Training College*. Alituchukua Mimi na mwenzangu L.M. Gama kwa gharama zake, akatupeleka usiku katika maonyesho makubwa ya kijeshi yaliyojulikana kama *Royal Tournament* katika ukumbi mkubwa wa maonyesho wa *Earls Court, London*, tarehe 5 Julai 1960.

Napewa kazi katika Shirika la Reli

Miaka mitatu baada ya kutoka Idara ya Usalama wa Taifa, yaani mwaka 1978 serikali ilinipa kazi nyingine katika Shirika la Reli la Tanzania *(Tanzania Railways Corporation)* chini ya Wizara ya Mawasiliano, Waziri wake akiwa Mheshimiwa Amir H. Jamal, ambaye sasa ni marehemu. Nilifanya kazi kwa mkataba kwa miaka kumi, nikiwa Mkuu wa Kitengo cha Usalama *(Protection Unit)* ambacho nilikianzisha nikawa kiongozi wake chini ya mameneja wakuu Bwana Athumani Janguo, Tom Mmari, na Peter C. Bakilana, kila mmoja kwa wakati wake. Mkataba wangu ulimalizika mwaka 1988 nikiwa mkuu wa kitengo hicho *(Principal Protection Officer)*.Kutokana na mafunzo niliyoyapata toka chuo cha *International Police Services Academy,* Washington, DC, Marekani mwaka 1963, sikupata shida hata kidogo jinsi ya kuandaa ulinzi katika shirika hili la reli kwa sababu katika chuo hicho mbali na mafunzo ya kulinda viongozi wa nchi na watu mashuhuri nilifundishwa pia jinsi ya kulinda miradi muhimu ya kitaifa *(National Vital Installations)* kama hii njia ya reli, pamoja na jinsi ya kutengua aina fulani ya vitu vya mlipuko kama mabomu.

Kwa hiyo wakati wa vita ya Kagera mwaka 1978/79, nilishirikiana kwa karibu sana na vyombo vya taifa vya ulinzi na usalama kuimarisha ulinzi kwenye njia ya reli ya kati ambayo ndiyo ilikuwa muhimu kwa usafirishaji wa wapiganaji wetu shupavu pamoja na zana zao za kivita kwenda mstari wa mapambano kupitia Mwanza ambapo pia usafiri wa meli za shirika hili zilitumia Ziwa Victoria kusafirisha wapiganaji hadi Kagera.

Wakati wa vita hiyo Waziri wa Ulinzi alikuwa Rashid Kawawa ambaye wakati wa maasi ya wanajeshi mwaka 1964 alikuwa Waziri Mkuu. Kawawa Baada ya wapiganaji wetu kuyashinda majeshi ya Idi Amini Dada, Kawawa alipewa jina la kishujaaa la "Simba wa Vita". Na hivyo ndivyo alivyokuwa akijulikana miongoni mwa wanachama wa TANU; jasiri wa kufanya maamuzi ambayo viongozi wengine walisita kuyafanya enzi ya wakoloni; na hivyohivyo baada ya uhuru, kwa mfano, katika kutekeleza sera ya Afrikanaizesheni.

Kutunukiwa nishani

Mwaka 1985, kipindi ambacho ni miaka kumi baada ya kustaafu na bado nikiwa katika Shirika la Reli, serikali ya awamu ya kwanza chini ya uongozi wa Mwalimu Julius Kambarage Nyerere ilikumbuka kazi yangu nzuri na ya kijasiri niliyofanya wakati wa maasi ya wanajeshi wa *Tanganyika Rifles* (TR). tarehe 20 Januari, 1964 Ilipendekezwa kwamba kutokana na kazi hiyo nilisitahili kutunukiwa Nishani ya Ushupavu *(Gallantry Medal)*. Tarehe 1 Julai 1985 nilitunukiwa Nishani ya Ushupavu, siyo tu kwa kumbukumbu ya kazi ya kuwaepusha viongozi wa nchi yetu wasipatwe na janga baya siku hiyo ya maasi, bali pia ilikuwa ni kumbukumbu kuhusu Mwalimu Nyerere kung'atuka kutoka kwenye madaraka ya uraisi mwaka huo wa 1985. Alikuwa ni yeye Mwalimu Julius Kambarage Nyerere pamoja na aliyekuwa Waziri Mkuu Mhe. Rashid Mfaume Kawawa, ambao ndio msingi wa kupewa medali hii kwa sababu nilihakikisha kwamba maisha yao hayadhuriki wakati wa maasi hayo usiku. Mungu alinisaidia, mipango yangu ya dharura ya "Operasheni Magogoni" ya kuhakikisha usalama wa viongozi wetu hao wawili ikafanikiwa. Mwalimu Nyerere ndiye binafsi aliyenivisha nishani hiyo nikiwa na watunukiwa nishani wengine katika sherehe iliyoandaliwa na Idara ya Usalama wa Taifa chini ya uongozi wa Mkurugenzi Mkuu Bwana Imrani Kombe, ambaye sasa ni marehemu.

Hofu ya wazazi na familia yangu

Kuajiriwa kwangu katika Jeshi la Polisi mwaka 1950, wakati huo huko kwetu vijijini na mahali pengine, lilikuwa jambo la kushangaza na kutisha pia kwa vile wananchi walikuwa na uelewa finyu kuhusu kazi ya Jeshi la Polisi; kwamba kazi yao ni kamatakamata tu hata kama ni mzazi wako na kumweka ndani au kumfunga gerezani. Baba yangu, kwa bahati nzuri, hakuwa na mawazo hayo. Yeye na mama walikuwa wanahofia maisha yangu kwa sababu nilikuwa mbali nao, huku Dar es Salaam ambako hawakukujua. Hawakwenda shule na kufundishwa somo la jiografia kwa sababu ya utawala wa kikoloni, ingawa kama nilivyosema baba alibahatika kujua kusoma na kuandika kwa kufundishwa na rafiki zake chini ya miti au mahali popote walipopata nafasi, lakini hakuwahi kuona mlango wa darasa. Kwao, sehemu ya nchi yetu au nchi ya kigeni wsiyoifahamu waliita "Charumasi" kwa lugha ya Kijita.

Waliposikia kuwa nilikuwa Mwanza na wakati mwingine nasafiri kwa ndege toka Mwanza hadi Musoma na kurudi, wakati barabara hazipitiki kutokana na mvua za masika, mbali na kufurahi, wazazi wangu walikuwa pia na hofu na wasiwasi mkubwa kwamba, huenda ndege ingepata hitilafu huko angani na kuanguka chini. wakati huo Mwanza hapakuwa "charumasi" tena; walikuwa wamefika. Niliwaandikia barua kuwatoa hofu kuwa niko salama. Wakati huo, hapakuwa na simu za mkononi kama ilivyo sasa na radio za kutumia betri ndipo zilikuwa zinaanza kuletwa nchini kati ya mwaka l950 na 1960 lakini hazikufika vijijini mapema; TV nazo zilikuja zaidi ya miaka 20 baada ya uhuru.

Kufuatana na rekodi zangu, safari yangu kwa ndege aina ya Dakota toka Mwanza hadi Musoma na kurudi ilikuwa tarehe 23 Aprili 1957. Kumbukumbu zote za safari hii ninazo kuanzia namba ya tiketi na nauli yake shilingi 198/= kwenda na kurudi. Safari ya pili pia toka Mwanza hadi Musoma na kurudi ilikuwa tarehe 3 Desemba 1957. Ndege hizi, zilikuwa zinapaa chinichini (low altitude) hivyo nikiwa penye dirisha ndani ya ndege niliweza kutambua chini nyumba zetu, kijiji cha Makwa, kwa sababu nilikuwa tayari nimewajengea wazazi wangu nyumba ya matofali ya tope na kuezekwa kwa bati ikawa ya pekee kuwa na paa la bati eneo hilo. Fundi seremala alikuwa Mila, toka Ukerewe, akiwa anaishi Mwanza, akisaidiana na baba katika ujenzi huo. Ndiyo sababu nimesema huko nyuma kuwa safari yangu kwenda London kwa ndege toka Musoma kupitia Nairobi mwaka 1960, haikuwa ya kwanza, isipokuwa tofauti ya umbali na aina ya ndege nilizopanda.

Safari hii pia iliwapa hofu kubwa kwa wazazi wangu. Kwao, London palikuwa "Charumasi na mayanga gandi" yaani ughaibuni hasa. Kwa sababu ya tabia yangu ya kusikiliza ushauri wao, na mimi kuwapa mchango wa mawazo yangu, walinielewa sana na kunitegemea kuwa nitakuwa mtoto wa msaada mkubwa sana kwao, na ndivyo ilivyotokea.

Lakini kwa upande wangu ilikuwa furaha kubwa sana kusafiri kwenda nchi za mbali kwa ndege. Mambo yaligeuka kwa upande wa wazazi wangu wakawa watu wa furaha siyo tu walipoona nimerudi salama toka Uingereza bila kubadilika kwa tabia, bali pia waliposikia kuwa nimehamishwa toka Musoma kurudi Dar es Salaam kwa madhumuni ya kumlinda Mheshimiwa Nyerere, kama alivyojulikana huko kwetu nyakati hizo, aliyewatoa Wazungu hapa nchini, ingawa kazi yangu hii mpya nayo iliambatana na safari za kutumia ndege kwa umbali mrefu sana kwenda nchi za nje kuliko safari za humu nchini mwetu.

Wazazi wangu hawakufahamu kuwa kazi yangu mpya ndiyo ilikuwa ngumu na ya hatari zaidi kuliko kusafiri mimi peke yangu mahali popote. Kazi ya kulinda kiongozi wa nchi nimekwisha elezea ugumu wake kwamba mlinzi haweki uhai wake mbele kuliko uhai wa anayemlinda asidhurike. Hii ndiyo sababu anayefanya kazi hiyo akaitwa kwa Kiingereza "Body Guard". Bila mtu kuwa jasiri na shupavu, hawezi kufanya kazi hii kwa sababu ya kuhofia maisha yake mwenyewe binafsi. Wakati wa maasi ya wanajeshi tarehe 20.Januari 1964, wazazi wangu wote wawili walikuwa nyumbani kijijini kwetu Makwa, Wilaya ya Bunda. Wangekuwa hapa Dar es Salaam sijui hali ingekuwaje kwa upande wao, hasa mama.

Hofu nyingine kubwa kwa familia yangu nikiwa bado kazini, mbali na vurugu zilizosababishwa na maasi ya wanajeshi mwaka 1964, ni pale nilipowaarifu kuwa sitakuwa na kazi tena kuanzia mwezi wa Novemba 1975, wakati huo nikiwa na umri wa miaka 46 ambapo umri wa kustaafu kwa hiyari ulikuwa miaka 50 na kwa lazima miaka 55. Niliwaeleza kilichotokea na kwamba hizo ndizo mara nyingi huwa ni gharama za ujasiri wa kusema ukweli kwa manufaa ya taifa ambazo lazima nizikubali, kuliko kumdanganya Baba wa Taifa Mwalimu Nyerere pamoja na taifa kwa jumla, kwamba mambo ni shwari katika chombo hiki muhimu katika taifa, kumbe sivyo. Sikudanganya au kutenda makosa ya kikazi au jingine wakati wa serikali ya kikoloni kwa hiyo hapakuwa na sababu kwangu ya kudanganya serikali yetu wenyewe kwa masuala yaliyohusu usalama wa taifa. Wakati nastaafu mwaka 1975, mama alikuwa bado hai, isipokuwa baba aliyefariki nyumbani kwangu Dar es Salaam tarehe 1 Oktoba 1968. Mama alifariki tarehe 23 Oktoba 2000. Mke wangu Assia M. Bwimbo, wakati naambiwa kazi basi mwezi Novemba 1975, alikuwa ananyonyesha binti yetu Amina Nyang'oko Bwimbo ambaye sasa yuko Marekani na alikuwa pia anafanya kazi katika Benki Kuu, hivyo hatukufuatana kwenda kijijini kuanza maisha mapya wakati nikingoja kwa matumaini serikali kuniita kuanza kazi nyingine kama Mwalimu Nyerere alivyokuwa ameniambia. Aliyeshtuka sana ni mjomba wangu, Sarunga bini Mgeta, aliyekuja kwangu Dar es Salaam kabla ya hapo toka kijijini kwetu ili kutibiwa ngiri katika Hospitali ya Taifa ya Muhimbili akifuatana na mkewe. Alitibiwa akapona akarudi nyumbani. Baadaye alifariki kwake Nyamuhura Wilaya ya Bunda Mkoa wa Mara kutokana na maradhi mengine, siyo yale yaliyosababisha aje Dar es Salaam miaka ya 1970.

Nilijitahidi kuendelea kusomesha wanangu saba Albert, Geoffrey, Pamela, Stella, Amina, Masemere na Bahiya Kamarisya kadri ya uwezo wangu mdogo katika hali hiyo ambayo nao waliikubali kwa urahisi kwa sababu niliwalea katika misingi ya kutojivunia kufanya kwangu kazi Ikulu kwa kuelewa kwamba kila kazi ina mwisho. Mpaka natoka kazini mwaka 1975 tangu 1961, hakuna mtoto wangu yeyote aliyekanyaga Ikulu ingawa mama yetu, Mama Maria Nyerere, alikuwa wakati fulani anaandaa tafrija ya watoto wa wafanyakazi wa Ikulu wajumuike na watoto wake kule Ikulu.Nilifanya hivyo kwa kufahamu kuwa Ikulu siyo maskani pangu na familia yangu na kwamba kazi yoyote ina mwisho

Matatizo kuhusu nyumba

Likizo yangu wakati nasubiri kustaafu ilipokwisha bado nikiwa naishi katika nyumba niliyorudisha serikalini miaka ya nyuma, kiongozi wa Idara wa muda, kabla Mkurugenzi Mkuu mwingine hajateuliwa na Rais, alimtuma dereva Ramadhani Mdee kuja kuniarifu kuwa muda wangu wa kuendelea kukaa katika nyumba hiyo umekwisha hivyo nilitakiwa niikabidhi kwa Waziri wa Nchi aliyehusika na masuala ya Usalama wa Taifa, Peter Siyovelwa. Hata hivyo kwa sababu hali ya hewa niliisoma mapema na kufahamu mwelekeo wake, wakati Mwalimu Nyerere ananieleza uamuzi wake wa mwisho kuhusu matatizo katika idara, nilimwomba aniruhusu kuendelea kukaa katika nyumba hiyo iwapo serikali itanipa kazi nyingine hapa Dar es Salaam. Mwalimu Nyerere, alikubali kwa hiyo nilimwambia Ramadhani Mdee amwarifu Waziri wa Nchi kuhusu agizo hilo toka kwa Mheshimiwa Rais na iwapo atakuwa na shaka, yeye mwenyewe akamwone Rais. Hawakurudi tena, mpaka nilipopewa kazi nyingine katika Shirika la Reli mwaka 1978, nikaendelea kuishi humo kama wapangaji wengine katika nyumba za serikali. Ramadhani Mdee alifariki baada ya kustaafu akiwa mfanyakazi katika kampuni ya Savannah Tours ya Dar es salaam.

Nyumba hii illikuwa yangu binafsi kwa vile niliijenga mwaka 1964 kwa fedha za serikali za mkopo alioanzisha Mwalimu Nyerere baada ya uhuru uliojulikana kama *Civil Servants Revolving Housing Loan Fund* ili kupunguza uhaba wa nyumba za wafanyakazi wa serikali jijini Dar es Salaam. Hii ilikuwa kabla ya kuanzishwa kwa Benki ya Nyumba *(Tanzania Housing Bank)*. Lakini kutokana na kiasi cha pesa kukatwa toka kwenye mshahara wangu ili kurejesha fedha za mkopo huo na riba, nilikuwa nabakiwa na kiasi kidogo cha mshahara wangu kwa matumizi ya familia, hivyo nikaomba niirudishe nyumba serikalini. Tulikuwa wengi tulioomba kufanya hivyo. Hata hivyo, baada ya kustaafu na kulipwa malipo ya kwanza ya pensheni kwa mkupuo kabla ya kuanza kulipwa pensheni ya kila mwezi niliomba serikali nirudishiwe nyumba hiyo kwenye kiwanja No. 10, Kurasini Dar es Salaam ambamo niliishi na familia yangu tangu mwaka 1966. Nilikubaliwa, nikarejesha mkopo wote na riba.

Mtu hasitahili kujipongeza au kujisifia yeye mwenyewe binafsi. Mimi pia sitaki kufanya hivyo. Hilo nawaachia wananchi walioniona wakati bado nafanya kazi hizi nikiwa pia bado kijana. Hao ndio waamuzi. Ninachoweza kusema ni kwamba nilijitahidi pamoja na wenzangu kadri ya uwezo wetu wote hadi hapo tulipofikia tukakabidhi salama kwa maofisa wengine kazi hii nzito ya kuwalinda viongozi wetu wa nchi na taifa kwa jumla.

Nimejitahidi katika kitabu hiki kueleza kazi yangu ya ulinzi wa Baba wa Taifa Mwalimu Julius K. Nyerere ili kiwe sehemu ya kumbukumbu ya Baba wa Taifa, na pia kiwawezeshe wasomaji kuelewa baadhi ya mambo na matukio muhimu wakati wa kipindi cha harakati za siasa za Mwalimu Nyerere na wenzake nchini Tanganyika, tangu nusu ya mwisho wa karne iliyopita walipoanzisha chama cha siasa cha *Tanganyika African National Union* (TANU) miaka 1950 hadi tulipojitawala mwaka wa tarehe 9 Desemba 1961; na hatimaye tarehe 26 Aprili 1964 Tanganyika ilipoungana na Zanzibar ikazaliwa Jamuhuri ya Muungano Tanzania. Ili muungano huu uwe imara tarehe 5 Februari 1977, vyama viwili vya siasa TANU na *Afro Shiraz Party* (ASP) viliungana na kuzaliwa chama kimoja cha siasa kwa jina la Chama cha Mapinduzi (CCM).

Maisha ni mapambano, kushindwa au kufaulu vimo mikononi mwa mwenyezi Mungu. Pambano langu kubwa katika maisha ya kikazi ilikuwa ni maasi ya wanajeshi tarehe 20 Januari 1964. Mungu alikuwa upande wangu, *Operesheni Magogoni* ikafanikiwa, hivyo mataji yote matatu ya madaraka aliyokuwa nayo Mwalimu Nyerere ambayo ni Uwenyekiti wa Chama, Urais, na Amiri Jeshi Mkuu, hili la tatu (Amiri Jeshi Mkuu) ndilo lilitaka kugoma kuvalika vema jinsi inavyotakiwa, tukawahi kuliweka sawa, mvaaji wake Mwalimu Nyerere akabakia nayo yote matatu . Waliofuata nyayo zetu pia walijitahidi sana kuendelea kuwalinda viongozi hao wa nchi, Mwalimu Julius K. Nyerere na Waziri Mkuu Rashid Mfaume Kawawa hadi wote wawili wakastaafu kazi na kufariki vifo vya kawaida. Mwalimu Nyerere alifariki katika Hospitali ya Mtakatifu Thomas, Uingereza tarehe 14. Oktoba 1999 na Mheshimiwa Rashid M. Kawawa alifariki tarehe 31 Desemba.2009, katika Hospitali ya Rufaa ya Taifa, Muhimbili, Dar es Salaam.

Wakati hali ya Baba wa Taifa inaelezwa hapa nchini kuwa mbaya katika Hospitali ya Mtakatifu Thomas jijini London, Uingereza, mimi pia nilikuwa wakati huo nimelazwa kwa matibabu ya upasuaji katika hospitali ya TMJ, Mikocheni, Dar es Salaam, tangu tarehe 3 Oktoba.1999. Niliruhusiwa kutoka hosptali tarehe 9 Oktoba.1999.

Tarehe 14 Oktoba.1999 asubuhi nikiwa nyumbani kwangu Kurasini, Dar es Salaam, Rais Benjamin William Mkapa alilitangazia taifa kwa njia ya radio kuwa Baba wa Taifa alifariki siku hiyo kwa ugonjwa wa saratani ya damu, saa 4:30 asubuhi majira ya Afrika Mashariki. Aliongeza kwamba mipango ya kurejesha mwili wa Mwalimu Nyerere Dar es Salaam, ilikuwa inafanywa. Alitangaza kuanzia siku hiyo taifa lianze kuomboleza msiba huo hadi tarehe 12 Novemba1999.

Mwili wa Mwalimu Nyerere uliwasili kwa ndege ya Air Tanzania iliyotumwa rasmi na serikali kwenda kuuchukua toka London tarehe 18 Oktoba 1999 ukashushwa kwenye uwanja ambao sasa umepewa jina lake kama Uwanja wa Ndege wa Kimataifa wa Julius Nyerere Dar es salaam, na kupelekwa moja kwa moja nyumbani kwake Msasani. Watu wachache walioruhusiwa kuona mwili hapo nyumbani siku hiyo ambao ni familia yake, ndugu, viongozi wa serikali, vyama vya siasa pamoja na baadhi ya watu waliokuwa wamefanya kazi karibu na Mwalimu Nyerere wakati wa uhai wake, mimi nikiwa mmoja wao. Waliongozwa na Rais Mkapa kuaga mwili wake hapo Msasani ukiwa ndani ya jeneza. Nilisimama kidogo kando ya jeneza, kichwa chake kikiwa kinaonekana wazi nikasema kwa sauti ya chini, Buriani Baba wa Taifa. Nilitamani tangu wakati huo niwe mmoja wa watu wa kulinda mwili wake hadi utakapozikwa, lakini afya yangu haikuniruhusu. Baada ya kuaga mwili wake, nilirudi nyumbani kuendelea na maombolezo kama ilivyopangwa.

Tarehe 19 Oktoba 1999 asubuhi mwili wa Mwalimu Nyerere ulipelekwa kuombewa katika kanisa la Mtakatifu Yosefu jijini Dar es Salaam. Kutoka hapo ukapelekwa Uwanja wa Uhuru katika jengo maalumu la muda ili kuagwa na viongozi wa nchi na watu wengine mashuhuri kutoka nje ya Tanzania na maelfu ya wananchi wa Dar es Salaam na pembezoni hadi tarehe 22 Oktoba 1999 mwili wake uliposafirishwa kwa ndege kutoka

Dar es Salaam hadi Musoma, ukiwa njiani kupelekwa Butiama ambako mazishi ya kitaifa yalifanyika Mwitongo nje ya nyumba yake. Sikuweza kwenda Butiama kwenye mazishi kwa sababu nilikuwa bado napumzika baada ya kutoka Hospitali.

Mwanzo wa mwezi Novemba mwaka 2000, baada ya kumaliza msiba wa mama aliyefariki kijijini kwetu, Makwa, Wilaya ya Bunda tarehe 23 Oktoba 2000 nilikwenda Mwitongo, Butiama toka Musoma mjini, ili kuona kaburi la Mwalimu Nyerere. Nilimkuta mdogo wake, Josephat Kiboko Nyerere, ambaye pia sasa ni marehemu. Alinikaribisha na kunitambulisha kwa watu ambao hatukuwa tukifahamiana waliokuwa wanafanya usafi nje ya nyumba ya Mwalimu Nyerere. Mjane wa Mwalimu Nyerere Mama Maria Nyerere, hakuwepo. Alikuwa Dar es Salaam. Nilifunikwa na huzuni kubwa kusikia Josephat akiwaeleza kazi niliyofanya ya kumlinda Baba wa Taifa. Nilitokwa na machozi wakati Josephat akitaja mambo hayo nikiwa pembeni mwa kaburi la Baba wa Taifa nikitazama sanamu yake ndogo juu ya kaburi hilo, nikiwa upande wa Magharibi, uso wa sanamu yake pia ukiangalia upande wa Magharibi nilikosimama, shingoni ikiwa imevikwa rozari. Makaburi ya wazazi wake yaani, Chifu Nyerere Burito na Mama Mgaya Nyang'ombe, yalikuwa upande wa Kaskazini wa kaburi la mtoto wao Julius K. Nyerere. Katika sala zangu hapo penye kaburi lake kabla halijajengewa kijumba nikiwa na ndugu yangu Bwana Alphonce Masatu Misana, sikusahau kusema, Buriani Baba wa Taifa. Marehemu Josephat Kiboko Nyerere ndiye baba yake Vincent Nyerere ambaye sasa ni Mbunge kwa tiketi ya chama cha CHADEMA.

Tangu hapo mwezi Oktoba kila mwaka, mimi binafsi nina kumbukumbu ya kifo cha Mwalimu Nyerere kila tarehe 14 Oktoba, kumbukumbu ya baba yangu mzazi Bwimbo Ekara tarehe 1 Oktoba 1968 na mama mzazi Karyanja Mgeta tarehe 23 Oktoba 2000. Viongozi niliowalinda kabla na mara baada ya uhuru, Mwalimu Julius K. Nyerere na Rashid Mfaume Kawawa, wote tulizaliwa miaka ya 1920. Mwalimu tarehe 13 Aprili 1922, Kawawa tarehe 27 February 1926, mimi tarehe 4 Machi 1929.

Kutunukiwa Nishani

Nishani ya ushupavu *(Gallantry Medal)* na tuzo nyingine

Kama nilivyokwisha kusema maasi ya askari wa Jeshi la Tanganyika Rifles usiku wa tarehe 20 Januari 1964 katika kambi ya jeshi hilo hapa Dar es Salaam wakati ikiitwa Colito Barracks (sasa Lugalo) ulikuwa mtihani mkubwa sana kwangu kupita yote katika kazi ya ulinzi wa viongozi wa nchi. Ilikuwa miezi michache tu baada ya kurudi kwangu toka Marekani kwenye mafunzio rasmi ya kulinda viongozi wa nchi; watu mashuhuri na vituo muhimu vya kitaifa. Nilikuwa kijana mwenye umri wa miaka 35, nguvu tele, akili safi na silika ya ujasiri. Nilikuwa na rafiki na ofisa mwenzangu Upton Z. Nyondo ambaye sasa ni marehemu. Huyu wakati wa maasi alikuwa amerudi Jeshi la Polisi kabla ya kufariki baada ya kustaafu.

Inatosha kusema tu kwa kifupi kwamba mafunzo na mbinu karibu zote nilizofundishwa, huo ndiyo ulikuwa wakati wa kuifanya kazi hii kwa vitendo badala ya nadharia tu na kuonyesha kwamba naimudu wakati wa dharura kama hiyo jinsi inavyotakiwa. Nikiwa mtaalam peke yangu wa kazi hiyo na askari polisi *(constables)* wawili wenye sare wasiofundishwa kazi na mbinu hizi, lakini chini ya uongozi na maelekezo yangu sahihi wakati wa hali ya hatari kama hii tulishinda mtihani huo mgumu kwa kiwango cha hali ya juu sana wakati wa usiku na kuleta sifa na heshima kubwa katika idara yetu na taifa kwa jumla.

Sifa hii haikupatikana kutokana na ujuzi au utaalamu na ujasiri wangu wakati wa kuifanya kazi hii bali pia nilikuwa na moyo wa uzalendo kwanchi yangu usio na chembe ya shaka, pamoja na heshima na unyenyekevu kwa viongozi wetu wa nchi, ambao maisha yao ilionekana dhahiri kuwa yangekuwa hatarini siku hiyo kwa sababu ya maasi hayo ya wanajeshi.

Tukio hili, Mwalimu Nyerere alilitaja kuwa ni fedheha kubwa sana katika taifa letu tangu tulipojitawala. Alitamka hivi tarehe 25 Januari 1964 wakati analihutubia taifa jijini Dar es Salaam kwa njia ya radio kuhusu maasi hayo baada ya askari waasi kunyang'anywa silaha na kikosi cha askari Makomando wa Jeshi la Uingereza, nchi ambayo iliyotutawala kwa takribani miaka zaidi ya 40, wakaondoka hapa kurudi kwao baada ya nchi yetu kupata uhuru. Kwa hiyo haikutegemewa baadhi yao warudi tena hapa miaka michache baada ya uhuru kwa serikali yetu kuomba serikali ya Uingereza msaada huo wa askari wao kuja kunyang'anya silaha askari wa jeshi letu wenyewe walioasi baadhi ya sababu kubwa za maasi hayo ikiwa ni kutotaka kuendelea kuwa chini ya uongozi wa maofisa Wazungu katika Jeshi la *Tanganyika Rifles*.

Tukio lenyewe la maasi ndilo lilikuwa chanzo cha fedheha ambapo baadhi ya askari waasi walikwenda hadi Ikulu usiku kutaka kumwona Mwalimu Nyerere na Waziri Mkuu wake, kama wangewakuta. Kutowakuta kulisaidia kwa kiasi fulani kupunguza fedheha hii kwani ilionekana askari waasi wangemwamuru kijeshi Mwalimu Nyerere na Waziri Mkuu watekeleze matakwa yao kwa lazima. wakiwa na silaha.

Nina hakika, kama nilivyosema huko nyuma, Mwalimu Nyerere, kama Rais na Amiri Jeshi Mkuu, asingekubali kupewa amri na waasi hao hata waziri Mkuu naye angekataa; matokeo yake yangekuwa mabaya sana katika taifa. Niseme kwa kifupi tu kwamba ulinzi wa viongozi wa nchi haufanywi ili wasipate madhara tu bali ni pamoja na kuwaepusha wasidhalilishwe au kufedheheshwe na jambo lolote. Operesheni Magogoni, niliyobuni katika hali hiyo ya dharura ilizingatia haya yote kwa kutekelezwa na watu watatu – mimi kama kiongozi, na askari polisi wawili ambao hawakuwa na silaha ujuzi au uzoefu wa kulinda viongozi wa nchi, hivyo walitegemea kila hatua ushauri na maelekezo yangu.

Kwa kutambua kazi hiyo ya hatari niliyofanya kwa ufanisi mkubwa siku ya maasi hayo mwaka 1964 wakati wa Operesheni Magogoni tarehe 1 Julai 1985, Mwalimu Julius K. Nyerere alinitunuku Nishani ya Ushupavu *(Gallantly Medal)* nikiwa miongoni mwa wafanyakazi wengine waliofanya kazi nzuri katika taifa letu wakati wa awamu ya kwanza ya uongozi wetu wa nchi kabla yeye pia kung'atuka toka kazi ya Urais mwaka huo.

Tukio hilo la maasi ya askari wakiwa na silaha wataalamu wa masuala ya usalama hulichukulia kama tukio linalokaribia kufikia hatua ya kutokea vita *(an act falling slightly short of war)* inayohitaji wakati mwingine kutangazwa kwa hali ya hatari *(declaration of state of emergence)* au watu kutotembea wakati fulani *(curfew)* kama ikiendelea.

Ninazo pia tuzo za *Knight Commander of the Liberation* Humane *Order of African Redemption* pamoja na *Chevalier of the Liberation Humane Order African Redemption*, zote mbili toka kwa Rais William V. S. Tubman wa Liberia, miaka ya 1968 kabla hajafariki, nilipofuatana na Mwalimu Nyerere katika ziara yake liberia

Zipo barua na vitabu nilivyopewa na viongozi wa nchi na serikali kutoka nchi za nje kama Robert Francis Kennedy, aliyekuwa seneta nchini Marekani, alipokuwa hapa na mkewe miaka ya 1960. Alinipa kitabu alichoandika mwenyewe kiitwacho *Just Friends and Brave Enemies.* Huyu alikuwa mdogo wake Rais wa zamani wa Marekani John F. Kennedy aliyepigwa risasi na kufariki akiwa Dallas Texas, huko huko Marekani mwezi November 1963. Robert F. Kennedy, pia kama kaka yake alipigwa risasi na kufariki jijini Los Angeles, Marekani, miaka michache baada ya ziara yake hapa Tanzania. Hayati Robert F. Kennedy aliwahi kuwa pia mwanasheria Mkuu wa Marekani wakati wa uongozi wa kaka yake hayati Rais John F. Kennedy.

TANGANYIKA POLICE

Telegraphic Address "POLICE"
In subsequent correspondence
please quote

SENIOR SUPERINTENDENT
OFFICE OF THE.............................
OF POLICE I/C.TRAINING DEPOT,
DAR ES SALAAM.

Ref. No. S. 2/E/46

7th February, 1950.

Mr. Petro Bwimbo,
Kisolya Masahunga,
Mwibara Ukerewe,
P.O. NANSIO.

              Reference your letter of 30th
January, 1950; I shall be pleased to consider
your enlistment as an English Speaking Constable
at a commencing salary of Shs. 75/- a month.
You should report to the Provincial Superintendent
of Police, Mwanza, who will decide as to your
suitability for the Force.

SENIOR SUPERINTENDENT OF POLICE.

Copy to:- The Provincial Superintendent of Police,
Mwanza, for information.

Barua S.2/E/46 ya tarehe 07 Februari 1950, toka kwa Mkuu wa Chuo Cha Polisi, Dar es Salaam, inayoelekeza hatua ninazotakiwa kuchukua kabla sijakubaliwa katika jeshi hilo. Wakati huo chuo hiki kilikuwa sehemu ambayo sasa ni Polisi Ufundi, barabara ya Kilwa, kabla ya kuhamishiwa Moshi.

EDUCATION DEPARTMENT,
TEACHER TRAINING CENTRE,
P.O.Box 225 Pasiainsi, Mwanza.
TANGANYIKA

Ref. No. 29/137.   9th. June, 19 50.

No.A518 R/C Petro Bwimbo,
Police Training Depot,
DAR ES SALAAM.

       With reference to your letter dated
5th. June, 1950. As you left the above school
without authority I cannot issue you with a
certificate.

RCR/JT.   *RCRollison*
                   HEADMASTER.

Barua 29/137 ya tarehe 09 Juni 1950, niliyotumiwa na Mkuu wa Chuo cha Ualimu Pasiansi, Mwanza, R. C. Rollison. Majibu hayo hayakuwa kikwazo kwangu nisisonge mbele kwa kuwa nia sababu na uwezo wa kusonga mbele nilikuwa navyo.

CONFIDENTIAL

THE UNITED REPUBLIC OF TANZANIA

Telegrams: "CABINET", DAR ES SALAAM.
Telephone: 23265.
In reply please quote:
Ref. No. SHC/C.230/22/A/4

PRESIDENT'S OFFICE.
THE STATE HOUSE.
P.O. BOX 9120,
DAR ES SALAAM.

IN DUPLICATE

11th July, 1973.

P. Bwimbo, Esq.,

u.f.s. Director-General of Intelligence & Security,
President's Office,
DAR ES SALAAM.

Congratulations

12/7/73

Dear Peter,

I am pleased to inform you that His Excellency the President, Mwalimu J. K. Nyerere has appointed you Assistant Director-General with effect from 1st July, 1973.

2. This appointment is at Staff Grade level and is pensionable. The post carries a fixed basic salary of Shs. 43,740/- (Shillings Forty-three thousand seven hundred and forty) per annum. You serve on trial for a period of six months (exclusive of any leave you may take during the trial period) after which an assessment of your performance will be made with a view to determining your suitability or otherwise for confirmation in this post.

3. In accordance with the Leadership Code under the Arusha Declaration this is a leadership position and therefore the holder thereof is subject to the Conditions of Leadership.

4. I take this opportunity to congratulate you on this well earned promotion and wish you the best of luck.

Yours sincerely,

(Dickson A. Nkembo)
PRINCIPAL SECRETARY TO THE PRESIDENT

Copy to: POF.

Barua ya tarehe 11 Julai 1973 toka Ikulu kunijulisha kuteuliwa kwangu kuwa Mkurugenzi Mkuu Msaidizi katika Idara ya Usalama wa Taifa kuanzia tarehe 01 Julai 1973.

EMBASSY
OF THE
UNITED STATES OF AMERICA

Dar es Salaam

June 24, 1966

Dear Mr. Bwimbo:

    Senator Robert Kennedy has asked that I write to
thank you for your helpful assistance during his recent
visit to Dar es Salaam. Your generous assistance to the
Senator and his wife was deeply appreciated by them.

    In the thought that you might like a copy of Senator
Kennedy's book "Just Friends and Brave Enemies," I am
sending you one which he has inscribed.

                            Sincerely yours,

                            John H. Burns
                            Ambassador

Enclosure

Mr. P. Bwimbo,
    Security Officer,
        Office of the Second
            Vice-President,
                P. O. Box 3021,
                    Dar es Salaam

Barua ya terehe 24 Juni 1966, toka kwa aliyekuwa Balozi wa Marekani nchini Tanzania,
Bwana John H. Burns, inajieleza yenyewe. Mdogo wake Rais John Kennedy, Robert Kennedy
na mkewe wakati wa ziara yao Dar es Salaam alipangiwa kukutana na watu mbalimbali katika
ukumbi wa Diamond Jubilee Upanga usiku, tukaweka ulinzi wa hali ya juu ambao yeye kama
wanasiasa wengine hakupenda. Bahati mbaya aliporudi kwao tarehe 01 Juni 1968 alipigwa
risasi katika Jiji la Los Angeles na kufariki.

TANGANYIKA POLICE FORCE

Telegraphic Address "**POLICE**"

In subsequent correspondence
please quote

No.

OFFICE OF THE SUPERINTENDENT

COASTAL AREA, DAR ES SALAAM

2nd September, 1953.

A.518 Cpl. Petro,
P.O. Box 163,
MWANZA.

Dear Petro,

Thank you very much for your letter,
which I received some time ago but I am afraid I have
been too busy to reply until now.

I am glad to hear that you are getting
on well and I am sure that if you continue to work as
you did here that you have a bright future in the
Force.

Yours sincerely,

Barua ya tarehe 02 Septemba 1953 toka kwa John Albert Robinson, aliyekuwa mmoja wa Maofisa wa Polisi Wazungu katika kituo cha kati, Dar es Salaam miaka ya 1950, kikiwa bado karibu na jengo la Avalon Cinema Barabara ambayo sasa ni Sokoine Drive. Wakati anaandika barua hii nilikuwa nimehamishiwa, Mwanza, baada ya kupandishwa cheo kuwa Koplo. Robinson alipokuja kwao likizo mwaka 1960, alikuja kuniona katika chuo cha Metropolitan Police Training College, Hendon, London, kunijulia hali na kuona jinsi nilivyokuwa naendelea na mafunzo.

P E R S O N A L

Telegraphic Address: "COMPOLICE"
Telephone.: 22722
                                        POLICE HEADQUARTERS,
                                          DAR ES SALAAM,
                                            TANGANYIKA

*Ref. No.*_____   3rd August   19 60

Mr. Petro Bwimbo,
c/o. Colonial Police Course,
Metropolitan Police Training College,
Aerodrome Road,
HENDON.
London, N.W.9.
U.K.

Dear *Petro*

          I have to congratulate you on your
promotion to Assistant Superintendent of Police.

          You will appreciate the responsibilities
that are now being placed upon you and I have no
doubt that you will endeavour to fulfill the
requirements of gazetted rank.

          I wish you every success in the future.

                    Yours sincerely,

                    (J. W. E. MACKENZIE)
                    Ag. DEPUTY COMMISSIONER
                         OF POLICE

                                        JWEM/TGB

     P E R S O N A L

Nakala ya barua ya tarehe 03.08.1960 toka kwa Kaimu Kamishna wa Polisi, J.W.E. Mackenzie, Makao Makuu ya Tanganyika Polisi, kunieleza kupandishwa hadi cheo kilichotajwa nikiwa bado masomoni katika chuo cha Metropolitan Police Training College, Hendon, London.

Cheti toka chuo cha *International Police Services Academy*, Washington DC, Marekani kilichotolewa tarehe 29 November 1963 na Rais wa chuo hicho, Frank. J. Holmes, kuhusu mafunzo maalumu niliyochukua ya kuwalinda watu Mashuhuri.

Picha ya pamoja na wazazi wangu hayati mzee Bwimbo bin Ekara, na hayati Karyanja binti Mugeta, nikiwa nimevaa sare za maofisa wa polisi ngazi ya Sub-Inspector wakati huo, nikiwa likizo nyumbani kwetu Makwa, Kisorya, miaka ya 1950, sehemu hiyo ikiwa bado chini ya wilaya ya Ukerewe, kabla ya kuwa chini ya wilaya mpya ya Bunda, Mkoa wa Mara, baada ya Uhuru.

Picha ni mwandishi wa kitabu hiki akiwa amevaa sare za maofisa wa polisi ngazi ya Sub-Inspector wakati huo mwaka 1959.

Picha ya Maafali Metropolitan Police Training School Hendon. Mstari wa tatu kutoka kulia kwenda kushoto ni mwandishi wa kitabu hiki .Augost 26 1960

Mwalimu Nyerere akiwa na Mwenge wa Uhuru siku ya kuadhimisha uhuru wa Tanganyika miaka ya 1960, ikiwa pia ishara ya kutekeleza ahadi aliyotoa kwa wananchi wa Tanganyika kabla ya uhuru kwamba "Sisi watu wa Tanganyika tunataka kuwasha mwenge na kuuweka juu ya kilele cha Mlima Kilimanjaro, umulike hadi nje ya mipaka yetu, ulete matumaini pale palipo na kukata tamaa, upendo mahali penye chuki na heshima ambapo pamejaa dharau"

Mwalimu Julius K. Nyerere kwenye mkutano wa hadhara miaka ya 1960. Mwandishi wa kitabu hiki amesimama chini ya jukwaa.

Picha ya Hayati Capt. Alexander Gwebe Nyirenda wakati wa uhai wake akisimika mwenge
wa uhuru na bendera ya taifa jipya la Tanganyika juu ya kilele cha Mlima Kilimanjaro siku ya
uhuru tarehe 9 Desemba 1961, tukio lililotekeleza ahadi ya Mwalimu Nyerere kuhusu kuweka
mwenge na bendera ya Tanganyika juu ya mlima huo mrefu kuliko yote katika Bara la Afrika,
mara Tanganyika ipatapo Uhuru

Tarehe 9 Desemba 1961 Mwalimu Julius K. Nyerere akiwa katika gari *"Independence 1"*
pamoja na mwandishi wa kitabu hiki ameketi kushoto kwa dereva. Hii ilikuwa baada ya
Mwalimu Nyerere kuapishwa kuwa Waziri Mkuu Tanganyika ilipopata uhuru kamili siku
hiyo katika sherehe zilizofanyika Uwanja wa Uhuru jijini Dar es Salaam.

Mwalimu Julius K. Nyerere akihutubia mkutano wa hadhara mkoani Mtwara mwaka 1961. Mwandishi wa kitabu aliyevaa kofia amesimama na ofisa wa polisi mbele ya jukwaa.

Mwalimu Julius K. Nyerere katika picha ya pamoja baada ya kupewa shahada ya uzamili ya heshima ya udaktari kutoka Chuo Kikuu cha Edinburgh, Scotland, tarehe 5 Julai 1962. Mwandishi wa kitabu yuko mstari wa katikati nyuma ya aliyekuwa Balozi wa Jamhuri ya Tanganyika wakati huo nchini Uingereza hayati Christopher Kassanga Tumbo.

Mwalimu Julius K. Nyerere (wapili kutoka kushoto) akiwa na Gavana wa mwisho Sir Richard
Turnbull,pamoja na Mawaziri wengine kutoka Baraza la kwanza la Mawaziri mwaka 1962.

Mwalimu Julius K. Nyerere, na Rais wa Serikali ya Mapinduzi, Zanzibar, ambaye pia alikuwa
Makamu wa kwanza wa Rais, wa Jamhuri ya Muungano wa Tanzania hayati Sheikh Abeid
Aman Karume baada ya nchi hizi mbili kuungana na kupewa jina jipya la Tanzania tarehe
26 Aprili 1964.

Mwalimu Julius K. Nyerere, katika kikao cha Umoja wa Nchi Huru za Afrika (OAU) mjini Addis Ababa, Ethiopia mwaka 1974, kabla ya Vita Vya Kagera. Hayati Idi Amini wa Uganda anaonekana akiwa karibu na Baba wa Taifa katika ukumbi wa mkutano wa vikao vya umoja huo. Mwandishi wa kitabu amesimama karibu sana na Idi Amin.

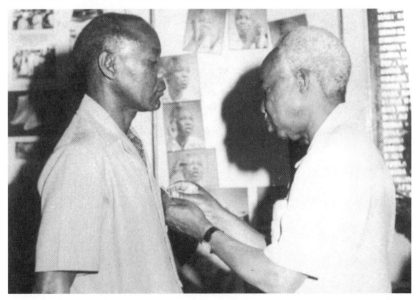

Picha ya Mwalimu Nyerere akimvika Nishani ya Ushupavu (Gallantry Medal) mwandishi wa kitabu hiki jijini Dar es salaam tarehe 1 Julai 1985, kabla Mwalimu Nyerere kung'atuka kutoka urais mwaka huo.